முன்னேற்றம் இந்தப் பக்கம்

சோம. வள்ளியப்பன்

பங்குச்சந்தை வர்த்தகம், சுயமுன்னேற்றம், நிர்வாக வியல், மனித வள மேம்பாடு உள்ளிட்ட துறைகளில் பல புகழ்பெற்ற நூல்களை எழுதியவர் சோம. வள்ளியப்பன். துறை சார்ந்த செழிப்பான அனுபவமும் நிபுணத்துவமும் கொண்டிருக்கும் இவர் தொலைக்காட்சி மற்றும் பத்திரிகைத்துறை ஊடகங்களில் தொடர்ந்து இயங்கிவருகிறார்.

பங்குச்சந்தை பற்றிய இவருடைய அள்ள அள்ளப் பணம் நூல்கள்(வரிசை 1-5),வெளிவந்த காலம் தொட்டு இன்றுவரை தொடர்ந்து விற்பனையில் சாதனை படைத்துவருகின்றன.

ஆசிரியரின் பிற நூல்கள்

பங்குச்சந்தை

1. அள்ள அள்ளப் பணம் 1 - பங்குச்சந்தை: அடிப்படைகள்
2. அள்ள அள்ளப் பணம் 2 - பங்குச்சந்தை: அனாலிசிஸ்
3. அள்ள அள்ளப் பணம் 3 - பங்குச்சந்தை: ஃபியூச்சர்ஸ் அண்ட் ஆப்ஷன்ஸ்
4. அள்ள அள்ளப் பணம் 4 - பங்குச்சந்தை: போர்ட்ஃபோலியோ முதலீடுகள்
5. அள்ள அள்ளப் பணம் 5 - பங்குச்சந்தை: டிரேடிங்

வியாபாரம்

1. நம்பர் 1 சேல்ஸ்மேன் (சிறந்த விற்பனையாளர் ஆவது எப்படி?)
2. பணமே ஓடி வா
3. பணம் - சந்தேகங்கள், விளக்கங்கள் (FAQs)

நிர்வாகம்

1. ஆளப்பிறந்தவர் நீங்கள் (தலைமைப் பண்புகள்)
2. காலம் உங்கள் காலடியில் (நேர நிர்வாகம்)
3. யார் நீ? (பர்சனாலிட்டி)
4. உலகம் உன் வசம் (கம்யூனிகேஷன்)
5. உறுதி மட்டுமே வேண்டும் (கமிட்மெண்ட்)
6. உறவுகள் மேம்பட (Secrets of Managing People)
7. சிறந்த நிர்வாகி ஆவது எப்படி?
8. தங்கத் துகள்கள் (காலம் உங்கள் காலடியில் - 2)

சுயமுன்னேற்றம்

1. இட்லியாக இருங்கள் (எமோஷனல் இண்டலிஜென்ஸ்)
2. டீன் தரிகிட (பதின் பருவத்தினருக்கு)
3. அதிகாரம் அல்ல, அன்பு (சுயமுன்னேற்றக் கட்டுரைகள்)
4. மன அழுத்தம் விரட்டலாமா (மாணவர்களுக்கு -யுனெஸ்கோவுக்காக)
5. உ ஷார் உள்ளே பார் (மனமும் சக்தியும்)
6. ஆல் தி பெஸ்ட் ! (நேர்முகங்களில் வெற்றி பெறுவது எப்படி?)
7. தள்ளு (மோட்டிவேஷன்)
8. சின்னத் தூண்டில் பெரிய மீன்
9. சிறு துளி பெரும் பணம்
10. சொல்லாததையும் செய்!
11. முன்னேற்றம் இந்தப் பக்கம்

உறவுகள்

1. காதலில் இருந்து திருமணம் வரை
2. அப்பா மகன் - நெருக்கமும் நெருடல்களும்

முன்னேற்றம் இந்தப் பக்கம்

சோம. வள்ளியப்பன்

முன்னேற்றம் இந்தப் பக்கம்

Munnetram Indha Pakkam

Soma. Valliappan ©

Kizhakku First Edition: September 2017
120 Pages
Printed in India.

ISBN: 978-93-86737-21-2
Kizhakku - 1031

Kizhakku Pathippagam
177/103, First Floor, Ambal's Building,
Lloyds Road, Royapettah, Chennai 600 014.
Ph: +91-44-4200-9603

Email : support@nhm.in | Website : www.nhm.in

kizhakkupathippagam kizhakku_nhm

Author's Email: baluvalliappan1@yahoo.co.in
                baluvalliappan5@gmail.com

Author's Website : www.writersomavalliappan.com

Kizhakku Pathippagam is an imprint of New Horizon Media Private
Limited

எவரோடு இருக்கிறோம் என்பது முக்கியம்.
எவரோடு ஒப்பிட்டுக்கொள்கிறோம்
என்பதும் முக்கியம். நமது உயரங்களை,
நமது திருப்தியை, நமது முயற்சியை
அவை தீர்மானிக்கின்றன. இறுதியாக
நமது முன்னேற்றத்தினையும்
அவைதான் தீர்மானிக்கின்றன.

உள்ளே

முன்னுரை

முன்னேற்றம் வேண்டும் என்பதை உணராதவர்கள் குறைவு. பலரிடமும் அதற்கான ஊக்கம் நிறையவே இருக்கிறது. ஆனால், வழி தெரியவில்லை.

எப்படி முன்னேறுவது? அதற்கு ஏதும் நிச்சயமான வழிகள் இருக்கின்றனவா? அந்த வழியைப் பற்றி விளக்கமாகச் சொல்ல முடியுமா? என்கிற கேள்விகளுக்கான பதில்தான் இந்தப் புத்தகம்.

ஒரு Work Book போல, படிப்படியாக என்ன, எப்படிச் செய்ய வேண்டும் என்பதைச் சொல்லித் தரும் முயற்சி. Key Drivers, Mile Stones மற்றும் Calendarising போன்ற நிர்வாக வழிமுறைகளை, வாழ்க்கை முன்னேற்றத்துக்குப் பயன்படுத்துவது எப்படி என்பதைச் சொல்ல முடிந்ததில் மகிழ்ச்சி.

'நமது நம்பிக்கை' மாத இதழில் தொடராக வந்ததை புத்தகமாகக் கொண்டு வருவதற்காக சில மாற்றங்களைச் செய்துள்ளேன்.

சோம. வள்ளியப்பன்
சென்னை

1. பிளேன் விடலாம் வாங்க!

அப்போது நான் பெப்ஸி நிறுவனத்தில் வேலை செய்து கொண்டிருந்தேன். எங்கள் நிறுவனத்தின் அதிகாரிகளுக்கான சிறப்புப் பயிற்சி வகுப்பு ஒன்றினை புது தில்லி ஓட்டல் ஒன்றில் ஏற்பாடு செய்திருந்தார்கள். மொத்தம் 23 பேர் அந்தப் பயிற்சியில் பங்கு பெறுவதற்காகப் போயிருந்தோம். அனைவரும் ஒரே நிறுவனத்தினைச் சேர்ந்தவர்கள்தான் என்றாலும், பல்வேறு ஊர்களில் அமைந்திருக்கும் தொழிலகங்களில் இருந்து போயிருந்ததால், எங்களுக்கு ஒருவரை ஒருவர் அதற்கு முன் அறிமுகம் இல்லை.

பயிற்சி மொத்தம் மூன்று நாட்கள். 'செயல்பாட்டுத் திறனை முன்னேற்றுவது எப்படி?' என்பது பயிற்சியின் தலைப்பு. வழக்கம் போல பயிற்சிக்கு உரிய சிறப்பான ஏற்பாடுகள் எல்லாம் செய்யப்பட்டிருந்தன.

பயிற்சி சிறப்பாகத் தொடங்கியது. கற்றுக்கொள்ள நிறைய இருந்தது. முதல் நாள் மாலை பயிற்சி முடிவடையும் நேரம். அப்போது பயிற்சியாளர் செய்த ஒரு அறிவிப்பு எங்கள் அனைவரிடமும் மிகப் பெரும் ஆவலைத் தூண்டியது. அந்த அறிவிப்பு, 'மூன்றாவது நாள் மாலையில் உங்கள் அனைவருக்கும் ஒரு போட்டி காத்திருக்கிறது. தனி நபருக்கான போட்டி. அதில் வெற்றி பெறும் குழுவிற்கு மிகப் பெரிய பரிசு காத்திருக்கிறது.'

இப்படிச் சொல்லிவிட்டு, பயிற்சியாளர் எங்கள் அனைவரையும் நான்கு தனித் தனி குழுக்களாகப் பிரித்தார். கூடவே அடையாளத்திற்காக, நான்கு குழுக்களுக்கும் வெவ்வேறு பெயர்களும் கொடுத்தார். முதல் குழுவிற்கு **'கங்கா'** என்று பெயர். அடுத்த குழுவிற்கு **'காவிரி'** என்றும், மூன்றாவது குழுவிற்கு **'யமுனா'** என்றும், நான்காவது குழுவிற்கு **'சட்லெஜ்'** என்றும் எல்லாம் நதிகளின் பெயர்களாகக் கொடுத்தார்.

போட்டி என்றதும், எங்களிடம் கூடுதல் உற்சாகம் தொற்றிக் கொண்டது. 'நாங்கள்தான், எங்கள் குழுதான்' என்று எங்களுக்குள் ஒருவரை ஒருவர் கலாட்டா செய்துகொண்டோம்.

உடன், 'என்ன போட்டி? என்ன விதிகள்?' என்பது போன்ற ஆவலும் வந்தது. நான்கு குழூத் தலைவர்களை மட்டும் மேடைக்கு அழைத்த பயிற்சியாளர், ஆளுக்கு ஒரு ஆகாய விமானம் கொடுத்து ஆச்சரியத்தினை அதிகப்படுத்தினார்.

பெரிய நிஜ ஆகாய விமானம் அல்ல. மரத் தக்கைகளால் ஆன சிறிய பொம்மை ஏரோப்பிளேன். கூடவே ஒவ்வொரு குழுவுக்கும் என்று ஒரு சிறிய பையும் (கிட் பேக் - Kit Bag) கொடுத்தார். அதில் பல வகையான பொருள்கள் இருந்தன. சில 'ரப்பர் பேண்டு'கள், பத்துப் பதினைந்து மரத் தக்கைகள் இருந்தன. மரத் தக்கைகள் சின்னதும் பெரியதுமாக இரண்டு அளவுகளில் இருந்தன. பார்ப்பதற்கு ஏரோப்பிளேனின் முன்பின் இறக்கைகள் போலவே சீராக வடிவமைக்கப்பட்டு இருந்தன.

அந்தப் பையில் இருந்த பொருள்களையும், பொம்மை ஏரோப் பிளேனையுமே நாங்கள் ஆர்வத்துடன் பார்த்துக்கொண்டிருந்த போது, பயிற்சியாளர் சத்தமாக மீண்டும் இன்னொரு அறிவிப்பு செய்தார்.

'இப்போது நான் சொல்வதைக் கொஞ்சம் கவனமாகக் கேளுங்கள். உங்கள் கைகளிலிருக்கும் ஏரோப்பிளேனை உண்டி கோலால் (கவட்டை கோல்) அடிப்பதுபோல, ரப்பர் பேண்டை பிளேனின் மூக்கில் மாட்டி இழுத்துவிட்டு, நீங்கள் பறக்கச் செய்யலாம். இந்தப் பொம்மைப் பிளேன்களை இப்படி இழுத்து விட்டு, பத்து பதினைந்து அடி தூரம்வரை பறக்க வைக்க முடியும்.'

அவர் சொல்வதையே மிகவும் கவனமாகக் கேட்டுக் கொண்டிருந்தோம். இப்போது பேச்சை நிறுத்திய அவர், கையில்

இருந்த ஒரு ஏரோப்பிளேனை மேசைமீது வைத்து அதன் முகத்துக்குக் கீழ்ப் பக்கம் இருந்து, கொக்கி போன்ற வளைவில் (மூக்கு) ரப்பர் பேண்டை மாட்டி, ரப்பர் பேண்டின் மறுமுனையை தன் கைகளால் மேசையுடன் அழுந்தப் பிடித்துக்கொண்டு மறு கையால் அந்தப் பிளேனை வேகமாக இழுத்துவிட்டார். அவ்வளவுதான். அது 'விர்...' என்று பாய்ந்து, நாங்கள் நின்றிருந்த பக்கம் வந்து தரையில் விழுந்தது.

சின்னக் குழந்தைகள்போல அதனை ஆர்வத்துடன் குனிந்து பார்த்தோம்.

பிறகு, 'அந்தப் பையில் (கிட் பேக்) இருப்பதெல்லாம் எதற்கு?' என்று ஒருவர் கேட்க, 'நீங்கள் இவற்றைப் பயன்படுத்தி, உங்கள் பிளேனின் எடையை வலதோ இடதோ, எந்தப் பக்கத்திலும் குறைக்கலாம் அல்லது கூட்டவும் செய்யலாம்' என்றார். வேறு ஒன்றும் சொல்லவில்லை.

'ஒவ்வொரு குழுவும் கடைசி நாள் அன்று மாலை நடைபெறும் போட்டியில் கலந்துகொண்டு, ஏரோப்பிளேனை நான் சொல்லும் இலக்கின்மீது சரியாக விழச்செய்யவேண்டும்' - பேசுவதைக் கொஞ்சம் நிறுத்தி இடைவெளி கொடுத்தார். குழூ மொத்தமும் கூடி சின்னப் பிள்ளைகள்போல, அந்த ஏரோப்பிளேனையே பார்த்தோம். அவர் கிளம்பினார். அவரை நிறுத்தி சிலர் கேட்டார்கள். 'நாங்கள் இதற்காகப் பயிற்சி செய்யலாமா?'

'தாராளமாக, அதற்காகத்தானே இரண்டு நாள் முன்னதாகவே கொடுக்கிறோம்.'

அவர் போய்விட்டார். எங்கள் குழூவிற்குப் பெயர் காவேரி. நாங்கள் அனைவரும் ஒன்றாக அமர்ந்து, அந்த ஏரோப்பிளேனை முதலில் ஆராய்ந்தோம். அதன்பின், நாங்களாகவே ஒரு இலக்கு வைத்துக்கொண்டு அதை நோக்கி ஒவ்வொருவராக பிளேனை அந்த இலக்குமேல் விழ வைக்க முயன்றோம்.

ரப்பர் பேண்டில் மாட்டி, இழுத்துவிட்டுப் பார்த்தோம். எவர் விட்ட போதும், ஒருசமயம்கூட இலக்கின்மீது விழாமல், வெவ்வேறு இடங்களில் போய் விழுந்து அது எங்களுக்கு வேடிக்கை காட்டியது.

சற்று நேரத்தில் கொஞ்சம் சோர்வாகிப் போனோம். உடன் மற்ற குழுக்கள் என்ன (தான்) செய்கிறார்கள்? என்று கவனிக்கிற ஆர்வம் வந்தது. திரும்பிப் பார்த்தால், கங்கை அணியினரும் யமுனை அணியினரும் படு சிரத்தையாக 'பிளேனை எப்படி இலக்கின்மீது சொல்லியடிப்பது?' என்பது பற்றி காரசாரமாக விவாதித்துக் கொண்டிருப்பதைக் கண்டோம். ஆகா! இவர்கள் எல்லாம் இவ்வளவு சிரத்தையாக முயற்சி செய்கிறார்களே என்ற 'கவலை'யோடு, 'இன்னும் மற்றுமொரு போட்டி அணியான சட்லெஜ் எங்கே? அவர்கள் என்ன செய்து கொண்டிருக் கிறார்கள்?' என்று பார்க்க ஆவல் அதிகமானது. ஹால் முழுக்கக் கண்களை அலைய விட்டுத் தேடினோம்.

ம்ஹூம். சட்லெஜ் அணியினர் அங்கே இருப்பதுபோலவே தெரியவில்லை. பெயருக்கு ஒருவர் மட்டும் ஹால் ஓரத்தில் தென்பட்டார். அவரிடம், 'எங்கே உங்கள் அணியினர்?' என்று கேட்டதற்கு, 'நாளை மறுநாள்தானே போட்டி. அன்றைக்குப் பார்த்துக் கொள்ளலாம்' என்று எங்கள் குழுத் தலைவரே சொல்லிவிட்டார். அதனால் மற்றவர்கள் சந்தோஷமாக அவரவர் அறைகளுக்குப் போய்விட்டார்கள்' என்றார்.

ஆச்சரியம் தாங்காமல், 'அப்படியா? உங்கள் குழுவால், பயிற்சி இன்றியே சரியாகப் போட முடியும் என்று நினைக்கிறீர்களா?' என்று கேட்டதற்கு, 'எங்கள் தலைவர் ஒரு விமானம் தயாரிக்கும் நிறுவனத்தில் (HAL) முன்பு வேலை செய்தவராம். 'எத்தனை நிஜ ஏரோப்பிளேன்களைப் பார்த்தவன் நான்! இதெல்லாம் எனக்கு சர்வ சாதாரணம். போட்டி நாளன்று நான் எப்படி அடிக்கிறேன் என்று பாருங்கள். பரிசு கட்டாயம் நமக்குத்தான்' என்று சொல்லிவிட்டார்' என்றார்.

அவர்கள் ஏதாவது செய்துவிட்டுப் போகிறார்கள். நாம் எப்படியும் கடைசி நாள் நடக்கவிருக்கும் போட்டியில் வெற்றி பெற்றுவிட வேண்டும் என்று முடிவு செய்து, எங்கள் வேலையைத் தொடர்ந்து பார்க்க ஆரம்பித்தோம். சிறிது நேர முயற்சிக்குப் பின், 'ஆகா! விஷயம் இதுதான்!' என்று சரியாக அடிக்கக்கூடிய வழி ஒன்றினைக் கண்டுபிடித்தோம். கண்டுபிடித்ததும், அவசரம் அவசரமாக, சுற்றுமுற்றும் திரும்பிப் பார்த்துக்கொண்டோம். பிறகு? 'நாங்கள் இவ்வளவு நேரம் மண்டையை உடைத்துக் கொண்டு கண்டுபிடித்த இந்த சூட்சுமம், அடுத்த குழுக்களுக்குத்

தெரிந்துவிடக்கூடாதே' என்கிற நல்ல எண்ணம்தான். பிறகு? சும்மாவா? பரிசல்லவா தரப் போகிறார்கள்!

அடுத்த நாளும், அதற்கு அடுத்த நாளும் பயிற்சிகள் தொடர்ந்தன. ஆம். நிறுவனம் நடத்திய 'செயல்பாட்டுத் திறனை முன்னேற்றுவது எப்படி?' என்ற பயிற்சியும், அதை விடக் கவனமாக, மாலை நேரங்களில் நாங்கள் அனைவரும் செய்த ஏரோப்பிளேன் பயிற்சியும் கன ஜோராகத் தொடர்ந்தன. 'நாங்கள் செய்த' என்றால், ஏரோப்பிளேன் தயாரிக்கும் நிறுவனமான HAL இல் ஏற்கெனவே வேலை பார்த்திருக்கும் 'காமத்' அவர்களைத் தலைவராகப் பெற்ற அதிர்ஷ்ட அணியான சட்லெஜ் அணியைத் தவிர ஏனைய மூன்று அணிகளும்தான். சட்லெஜ் அணியினர் நிறுவனப் பயிற்சி முடிந்ததும், ஃபைல்களைத் தூக்கிக்கொண்டு எங்களைப் பார்த்து டாடா காட்டி விட்டு ஜாலியாகக் கிளம்பி விடுவார்கள்.

போட்டி நாளும் வந்தது.

'இதுதான் இலக்கு' என்று பயிற்சியாளர், கத்தரிப் பூ நிற கவுன் போட்ட ஒரு சிறுமி பொம்மையைத் தரையில் குறிப்பிட்ட தூரத்தில் வைத்தார். அதற்கு நேர்க் கோட்டில் இல்லாமல் சற்றுத் தள்ளி, 10 அடி தூரத்திலிருந்த ஒரு மேசைமீது வைத்துத்தான், பிளேனை விட வேண்டும் என்று விதிமுறைகளையும் சொன்னார். முதலில் களமிறங்கியது எங்கள் காவேரி அணிதான்.

இப்போது அந்த ஹால் மொத்தமும் நிசப்தம். எங்கள் அணியின் ராம்குமார் குறி பார்த்து விட்ட ஏரோப்பிளேன், இலக்கான குட்டி பெண் பொம்மைக்கு வலது பக்கம் முப்பத்து மூன்று செ.மீ. தூரத்தில் (கிட்டத்தட்ட ஓரடி தள்ளி) விழுந்தது 'ஹே!' என்று மற்ற அணியினர் கை தட்டி எங்கள் தோல்வியை வரவேற்றார்கள்.

அடுத்து யமுனா அணியினர் வந்தார்கள். அவர்கள் விட்ட 'பாணம்' இலக்கிற்கு 42 செ.மீ. தூரத்தில் போய் விழுந்தது. அவர்களுக்கும் அதே 'ஹே' என்கிற கேலிக் குரல்தான் பரிசாகக் கிடைத்தது. அதற்கும் அடுத்து, ஒருநாள்கூட பயிற்சியே செய்யாத, சட்லெஜ் அணியினரின் முறை. எங்கள் அனைவருக்குமே அவர்கள் என்ன செய்யப் போகிறார்கள் என்று பார்க்க ஏகப்பட்ட ஆவல். எதிர்பார்த்தது போலவே, அந்த சட்லெஜ் அணியின் தலைவர், காமத்தான் வந்தார். கையில் பிளேனை எடுத்தார்.

எங்களில் பலர் செய்ததுபோல, அவர் குனியவோ, நிமிரவோ அல்லது பிளேன் எடையிலோ வேறு எதிலுமோ எந்த மாறுதலும் செய்யவில்லை. அதாவது அவர் கொஞ்சமும் அலட்டிக் கொள்ளவில்லை. ஆனால், கண்களை மட்டும் கொஞ்சம் இடுக்கிக்கொண்டு, குறி பார்த்தார்;விட்டார்.

அனைவரும் சத்தமாகச் சிரித்தே விட்டோம். பிளேன் பறந்து போய்... இலக்கு கொஞ்சமும் சம்பந்தமில்லாது, பக்கவாட்டில் கை கட்டிக்கொண்டு நின்று வேடிக்கை பார்த்துக்கொண்டிருந்த, அவருடைய குழு உறுப்பினரான பஞ்சாபி பெண்மணிமீது மோதியது. ஆமாம். பெண் பொம்மைக்குப் பதில் பெண்ணையே அடித்துவிட்டார் காமத். தவறுதலாகத்தான். அதன்பின் பிளேன் சரியில்லை என்பது போல காமத் ஏதோ சொல்லிக் கொண்டேயிருந்தார்.

கடைசியாக வந்தனர் கங்கா அணியினர். இப்போதும் பயிற்சியாளர் பொம்மையினை இடம் மாற்றி வைத்தார். பொம்மை, பிளேன் எதிர்நோக்கும் திசையில் இல்லை. வட மேற்கில் தள்ளி இருந்தது.

கங்கா அணியின் தலைவர் தன்னிடம் இருந்த 'இன்ச் டேப்'பில் மேசையின் ஏரோப்பிளேன் வைக்கும் இடத்திற்கும், இலக்கு பொம்மை இருக்கும் இடத்திற்கும் இடையேயுள்ள தூரத்தினை செ.மீ. சுத்தமாக அளந்தார். அதேபோல பொம்மை எவ்வளவு தூரம் நேர்க்கோட்டில் இருந்து தள்ளி இருக்கிறது (கோணம்) என்பதனையும் அளந்தார்.

பின்பு, அவர்கள் குழுவாகக் கூடினார்கள். ஒரு உறுப்பினரின் கையில் ஒரு நோட்டுப் புத்தகம் இருந்தது. அதைப் பார்த்து அவர்கள் ஏதோ கணக்குகள் போட்டனர். அதன்பின்பு ஒருவர் அவர்களிடம் இருந்த பையில் இருந்து ரப்பர் பேண்டுகளையும் மரத் தக்கையாலான இறக்கைகளையும் எடுத்தனர். அவற்றைக் குறிப்பிட்ட விதமாக, ஏரோப்பிளேனின் முன் மற்றும் பின் பக்க இறக்கைகளில் சேர்த்து ரப்பர் பேண்ட் மாட்டினர்.

அதன்பின், மிஸ்ரா என்கிற ஒரு குழு உறுப்பினர் முன் வந்து, ரப்பர் பேண்டைப் பிடித்தார், இழுத்தார்,விட்டார்.

'ஸ்வைங்...' என்று அந்தப் பொம்மை ஏரோப்பிளேன் கிளம்பி, பறந்து அந்தப் பிளேனின் உள்ளே இருந்து, யாரோ சாய்வாகத்

திருப்புவது போலத் திரும்பி, பின்பு தாழ்ந்து, மிகச் சரியாக அந்தப் பொம்மையின் தலையில் போய் 'லாண்ட்' ஆனதே பார்க்க வேண்டும்.

அவ்வளவுதான். அந்த ஹாலே அதிருமளவு கை தட்டல் மட்டுமல்ல. உய்ய்ய் என்று விசிலும் கூட! 'ஏதோ ஒருமுறை குருட்டாம்போக்கில் செய்து விட்டால் எல்லாம் ஆச்சா?' என்று சட்லெஜ் குழுவினர் தலைவர் காமத் கேட்க, வெற்றி பெற்ற கங்கா குழுவில் இருந்து வேறு ஒருவர் வந்தார். 'இன்னொரு முறையும் செய்கிறோம்' என்றார்.

முன்போலவே மீண்டும் ஒருமுறை சரியாக பொம்மையின் தலையில் விழச் செய்தார். மீண்டும் கரகோஷம். முன்னிலும் அதிக சத்தத்துடன். இப்பொழுது சட்லெஜ் அணியின் தலைவர் தானே முன்வந்து, பொம்மையை இடம் மாற்றித் தள்ளி வைத்து, 'இப்ப அடியுங்கள்... பார்ப்போம்' என்றார். ஹாலில் படு நிசப்தம்.

கங்கா குழுவினர் முன்னிலும் ஆர்வமாக, பிளேனுக்கும் இலக்கிற்கும் இடையிலிருக்கும் தூரத்தினை அளந்தார்கள். பின்பு நோட்டுப் புத்தகத்தினைப் பார்த்து ஏதோ கணக்குப் போட்டார்கள். பிளேனை வைத்தார்கள். அடித்தார்கள். மிகச் சரியாக இந்தமுறையும் இலக்கின் மீது!

கரகோஷத்தினூடே ஹீரோக்கள்போல, அந்த அணியினர் மேடை ஏறினார்கள், பரிசு பெற்றார்கள். 'தாங்கள் அதனை எப்படிச் செய்தோம். இனி எப்போதுமே அதேபோல எப்படிச் சரியாகவே செய்வோம்' என்பதையும் விளக்கிச் சொன்னார்கள். அவர்கள் சொன்னதில் ஒரு தீர்மானமான 'முறை' (Process) இருந்தது என்பதைப் புரிந்து கொண்டோம்.

ஏதோ ஒரு நிறுவனத்தில் யாரோ சில ஊழியர்களுக்கு நடத்தப் பட்ட இந்தச் சம்பவத்தின் மூலம் சொல்ல வருவது என்ன? இந்த, 'முன்னேற்றம், இந்தப் பக்கம்' என்ற புத்தகத்தின் முதல் அத்தியாயத்தில் இந்தச் சம்பவம் வருவதற்கு என்ன காரணம்?

காரணம் இருக்கிறது. வாழ்க்கையில் வெற்றி பெற, அதிர்ஷ்டம் தேவையில்லை. செய்வதை முறையாகச் செய்தால் வெற்றி பெறலாம். பகடை பன்னிரெண்டு எப்பொழுது விழும்? எப்பொழுதாவது அதிர்ஷ்டம் இருந்தால்தானே! ஆம், நம்மில்

பலரும் அப்படித்தான் நினைத்துக்கொண்டிருக்கிறோம். அது அப்படியில்லை என்று சொல்வதுதான் இந்தப் புத்தகம் மற்றும் அதற்கு உதாரணமாக சொல்லப்பட்டிருக்கும் ஏரோப்பிளேன் விடும் பயிற்சி.

எதையும் சரியாகச் செய்வதற்கு என்று குறிப்பிட்ட வழிகள் உண்டு. அதைக் கண்டுபிடிக்க வேண்டும். கண்டுபிடித்தபின், அதைச் செய்யப் பயில வேண்டும். ஒருமுறை செய்தால் போதாது, எப்பொழுதும் அதே போலச் செய்ய, மேலே பார்த்த கங்கா அணியினரைப்போல் பழக வேண்டும். இதனைப் 'பிராசஸ் கேபபிளிட்டி' (Process Capability) என்கிறார்கள்.

உயரத்தில் கட்டிய கயிற்றின்மீது நடப்பவன், தினம் தினம் அதன்மீது தடுமாறாமல் நடக்கிறானே, அவன் அதிர்ஷ்டத்தினை நம்பியா நடக்கிறான். இல்லை. அவன் ஒருமுறை கண்டுபிடித்து, அதைப் பயிற்சி செய்து, அதனால் வெற்றிகரமாக விழாமல் நடக்கிறான்.

'அப்படிப்பட்ட முறை என்றால் என்ன?' என்பதைத்தான் வரும் அத்தியாயத்தில் பார்க்கப் போகிறோம். உடன் கங்கை அணியினர் எப்படி உடைத்தார்கள் அந்த சூட்சுமத்தினை என்பதையும்.

2. வெற்றி என்பது தற்செயலா?

'தேர்வில் எவ்வளவு மதிப்பெண்கள் வாங்குவாய்?' என்று சில மாணவர்களைக் கேட்டால், 'நூற்றுக்கு எழுபது அல்லது எண்பது' என்பார்கள். வேறு சிலர் பெருமையாக, '90 வாங்குவேன்' என்பார்கள். 'அட! தொண்ணுறா!' என்று அவர்களை வியந்து பார்ப்பது ஒருவகை. 'இதென்ன தொண்ணுறு தானா? ஏன் பத்து மதிப்பெண்கள் குறைகிறது?' என்று கேட்பது இன்னொரு வகை. அதையும் கேட்கத்தானே வேண்டும்! காரணம், வேறு சிலரால் நூற்றுக்கு நூறு வாங்க முடிகிறதே.

அது இருக்கட்டும். மதிப்பெண் பெறுதல் உதாரணம்தான். சொல்ல வந்தது வேறு. நூற்றுக்கு 90 என்பது பெரும்பாலோரால், 'பலே நல்ல மார்க்' என்று சொல்ல வைக்கும் மதிப்பெண்தான். இதே நூற்றுக்குத் தொண்ணுறு என்பதை மற்ற எல்லா இடங்களிலும் ஒப்புக் கொள்வோமா?

ஒவ்வொரு நாளும் நான்கு வீதம், ஒரு மாதத்தில் நமக்கு மொத்தம் 100 கடிதங்கள் வர வேண்டும், வருகின்றன என்று வைத்துக்கொள்வோம். அதில் எத்தனை கடிதங்களை நமது 'போஸ்ட் மேன்' சரியானபடி நம்மிடம் எடுத்து வந்து தர வேண்டும் என்று எதிர்பார்ப்போம்?

நூற்றுக்குத் தொண்ணுறு போதுமா? அப்படியென்றால், அது சரிதான் என்றால் நமக்கு வர வேண்டியதில் பத்து கடிதங்கள் வரை வராமல் போகலாம். அப்படித்தானே!

பெரிய மருத்துவமனைகள் இருக்கின்றன. அங்கே உயிருக்குப் போராடும் பல நோயாளிகள் இருக்கின்றனர். அவர்களுக்கு அறுவை சிகிச்சை நடைபெறுகிறது. அதில் நூற்றுக்கு எத்தனை பேர் நல்லபடியாகப் பிழைக்க வேண்டும் என்று எதிர்பார்ப் போம். தொண்ணூறு சதவிகிதம் போதுமா? அல்லது ஒருவர் விடாமல், அனைவருமே பிழைக்க வேண்டும் என்றா?

சென்னை, கோவை போன்ற பெருநகரங்களில் லட்சக்கணக் கானவர்களுக்கு தினசரி பால் பாக்கெட்டுகள் விற்பனை செய்யப் படுகின்றன. அதில் 10 சதவிகிதமென்பதே எத்தனையோ ஆயிரம் பாக்கெட்டுகள். பத்து சதவிகிதம் வரை பால் பாக்கெட்டுகள் கெட்டுப் போய்விட்டால் பரவாயில்லை என்று சொன்னால் ஏற்றுக்கொள்ளமுடியுமா?

ஆக, பல இடங்களில் 90 சதவிகிதம் என்பதுகூட, போதாதுதான். 'அட பரவாயில்லையே! ரகம் இல்லை. 'அடச் சே!' ரகம்தான். தாள முடியாது. விமான சர்வீஸ்களை எடுத்துக்கொண்டால், கிளம்பிப் பறக்கும் அத்தனை விமானங்களும் சரியாகத்தானே கீழிறங்க வேண்டும். இதில் எல்லாம் நாம் எதிர்பார்ப்பது 'செண்டம்' நூற்றுக்கு நூறுதானே!

நூற்றுக்கு நூறு என்றால், சும்மா இல்லை. எத்தனை முறை செய்யப்படுகிறதோ, அத்தனை முறையும் மிகச் சரியாகவே செய்வது. சாத்தியமா? சாத்தியம்தான். நித்தம் நித்தம் உலகத்தில் எத்தனையோ நிறுவனங்கள், நபர்கள் அப்படித்தான் செய்து கொண்டிருக்கிறார்கள். அப்படிச் செய்ய முடிவதற்கு உதவும் முறைக்குப் பெயர்தான் 'பிராசஸ் கேபபிளிட்டி'. செய்திறன். இதனைச் சிம்பாலிக்காக, ஆங்கிலத்தில் pk (பி.கே.) என்று குறிப்பிடுகிறார்கள்.

முதல் அத்தியாயத்தில் பார்த்த, கங்கா அணியினர் அதைத்தான் செய்தார்கள். பொம்மையை எத்தனைமுறை இடம் மாற்றி வைத்த போதும், அவர்களால் அதன்மீது சரியாக அடிக்க முடிந்திருக்கிறது. அதற்குக் காரணம், அவர்கள் முனைந்து உண்டாக்கிக்கொண்ட, ஒரு செய்முறைத் திறன், எப்படிச் செய்யலாம் என்கிற வழி.

சரி அவர்கள் எப்படித்தான் அதனைச் செய்தார்கள்?

அவர்கள் செய்ததைச் சுருக்கமாகச் சொன்னால் அவர்கள், 'காஸ் அண்டு எபெக்ட்' அட்டவணை (Cause and Effect Table) ஒன்றை உருவாக்கிக் கொண்டார்கள். அதை வைத்துச் செய்ய வேண்டியதைச் செய்தார்கள். அவ்வளவுதான். அதென்ன 'காஸ் அண்டு எபெக்ட்?'

எல்லாம் நமக்கு ஏற்கெனவே தெரிந்ததுதான். 'காஸ்' (Cause) என்றால் 'காரணம்'. அதேபோல 'எபெக்ட்' (Effect) என்பதும் நமக்குத் தெரியும். 'விளைவு'. இவை இரண்டுக்கும் இடையே தொடர்பு இருக்கிறது. அதெல்லாம் நமக்குத் தெரிந்ததுதான்.

இன்ன காரணத்தினால் இது நடக்கிறது என்கிற தொடர்பு இருக்கிறது என்கிற விஷயம்தான். கண்ணாடிமீது ஏதாவது கனமான பொருள் மோதினால், கண்ணாடி உடையும். இதில் மோதல் என்பது காரணம், உடைதல் என்பது விளைவு. அதே போல, 'பிரேக்' போடுதல் காரணம், ஓடிக்கொண்டிருக்கும் வண்டி நின்று விடுதல் விளைவு. இப்படிப் பலவற்றுக்குள் ஒரு ரிலேஷன்ஷிப் (தொடர்பு) இருக்கிறதல்லவா?

சிலவற்றுக்கு இடையே இப்படியுள்ள உறவு வெளிப்படையாகத் தெரியும். வேறு சிலவற்றுக்கு விளைவு எளிதாகத் தெரிந்து விடாது. நாம்தான் கண்டுபிடித்துக்கொள்ள வேண்டும். அந்த ஏரோப்பிளேன் பொம்மையின்மீது விழ வேண்டுமானால், அது குறிப்பிட்ட தூரம் குறிப்பிட்ட திசையில் பறந்து செல்ல வேண்டும். பின் பறந்து நின்று விட வேண்டும். அதாவது இலக்கின்மீது விழ வேண்டும்.

தேவை இதுதானே! அதாவது இப்படிப்பட்ட 'விளைவு', 'எபெக்ட்' தேவை. அதன் போக்கில் விட்டால் சில சமயங்களில் அந்த விளைவு கிடைக்கும்; பல சமயங்களில் கிடைக்காது. அப்படி, அதன் போக்கில் விடாமல், வேண்டுகிற விளைவினை நிச்சயமாக்குவது எப்படி?

தேவையான விளைவினை உருவாக்கக்கூடிய காரணங்கள் ஏதும் இருக்கிறதா? அவை என்ன? அதைத்தானே கண்டுபிடிக்க வேண்டும். கங்கா அணியினர் முனைந்து கண்டுபிடித்து விட்டிருந்தார்கள்; வென்றார்கள்.

விளைவுகள் நிகழ்ந்த பிறகு தெரியும். அதற்கான காரணங்களை முன்கூட்டியே தெரிந்துகொள்ள முடியுமா என்ன? முடியும். அதற்குச் சிலவற்றைச் செய்து பார்க்கவேண்டும். செய்ய

வேண்டியவை சில பரிசோதனைகள் (Experiments). அதனைத்தான், கங்கா அணியினர் போட்டி விதிகள் அறிவிக்கப்பட்ட முதல் நாள் மாலை செய்து பார்த்தார்கள்.

என்ன செய்தார்கள்? எதனைப் பரிசோதித்தார்கள்?

அவர்களிடம் இருந்த பிளேனின் எடையினைக் கொஞ்சம் கொஞ்ச மாக அதிகரித்தார்கள். எப்படி? முதலில் தங்களிடம் உபரியாகக் கொடுக்கப்பட்டிருந்த தக்கைகளில் ஒன்றினைப் பிளேனின் உடம்பில் சேர்த்து (ரப்பர் பேண்ட்கொண்டு), பின்பு பிளேனை, உண்டிகோல் கொண்டு இழுத்துவிட்டு, ரிலீஸ் செய்தார்கள்.

பிளேன் பறந்துபோய் விழுந்ததும், போய் விழுந்த தூரத்தினை, ஒரு நோட்டுப் புத்தகத்தில் குறித்துக்கொண்டார்கள். அவர்களுடைய குறிப்பு இப்படி இருந்தது.

சேர்த்தது: ஒரு தக்கை
சேர்த்த பக்கம்: இடது
சேர்த்த இடம்: முன் பக்க இறக்கையில்
(சேர்த்த பிறகு) பிளேன் போன தூரம்: ஒன்பது அடி,
ஆறு இன்ச்

அடுத்து, மேலும் ஒரு தக்கையினை எடுத்து, இப்போது பிளேனின் வேறு ஒரு பாகத்தில் சேர்த்து, அதன்பின் விட்டுப் பார்த்தார்கள். பிளேன் வேறு ஒரு தூரத்தில், வேறு திசையில் போய் விழுந்தது. அதையும் துல்லியமாக அளந்து குறித்துக்கொண்டார்கள்.

இப்படியே ஒவ்வொரு தக்கையாக நாலைந்து தக்கைகளை பிளேனின் பல பாகங்களிலும் அதிகரித்து, ஒவ்வொரு முறையும் பிளேன் பறக்கும் தூரம் மற்றும் திசையினைக் கவனமாகக் குறித்துக்கொண்டிருக்கிறார்கள்.

எடை குறைவாக இருப்பது பறக்கும். எடை கூடக் கூட, பறக்கும் தூரம் குறையும். வலது பக்கம் இறக்கையில் எடை கூடினால், பிளேன் வலது பக்கம் சாய்ந்து பறக்கும். இடது பக்கம் கூட்ட, இடது பக்கம் திரும்பும். அதே போல முன் பின் இறக்கைகளில் சேர்ப்பதற்கு ஏற்ப, அதன் திசை மாற்றம் மாறும்.

அதோடு விட்டு விடவில்லை. அதன் பின்பு இந்தப் பக்கம் ஒரு ரப்பர் பேண்டு, அந்தப் பக்கம் இரண்டு என்று பலவிதங்களிலும

வேறுபாடுகள் செய்து, அதற்கான விளைவுகளையும் கவனமாகக் குறிப்பெடுத்துக் கொண்டார்கள். இப்படியாக பல 'பர்முடேஷன் காம்பினேஷனிலும்' செய்து பார்த்துக்கொண்டார்கள்.

அதன் முடிவில், பிளேன் பல வித்தியாசமான தூரங்களைப் பல கோணங்களில் பறக்க வேண்டியதற்கு (Effects - விளைவுகள்) அதன் உடலில் என்ன சில மாறுதல்கள் (Causes - காரணங்கள்) செய்ய வேண்டும் என்று முழுவதும் தெரிந்துகொண்டுவிட்டார்கள்.

இப்பொழுது அவர்களிடம் ஒரு முழுமையான அட்டவணை தயார். அவர்களே தயாரித்தது. எதற்கு, எப்படிப் பறக்கும் என்கிற விவரங்கள் கொண்ட முழுமையான நம்பகமான அட்டவணை விளைவை வைத்து காரணத்தினைக் கண்டுபிடித்தார்கள்.

இப்படிப்பட்ட அட்டவணை கையில் இருந்ததால், போட்டி நாளின் பொழுது சுலபமாக, பொம்மை வைக்கப்பட்ட தூரத்தினை அளந்து, அதற்கேற்ப பிளேனின் உடலில் எடைகளை மாற்றி அடித்தார்கள்; சுலபமாக வென்றார்கள்.

எப்படி சாத்தியமாக்கினார்கள் பார்த்தீர்களா? முதல் நாள் இருந்த நிலை என்ன? கடைசி நாள் போட்டியின் போதிருந்த நிலை என்ன? அந்த கங்கா அணியினரால் தவறு செய்ய முடியுமா? சொல்லுங்கள்! அதிர்ஷ்டம், குருட்டாம் போக்கு, ராசியான ஆள், நல்ல நேரம் என்பதையெல்லாம் நம்பாமல், 'எப்படி நிச்சயமாக அடிப்பது' என்ற சூட்சமத்தினை உடைத்தார்கள். முறையான செய்முறை.

இந்தக் காரணத்திற்கு இந்த விளைவு என்று தெரிகிறது. அப்படி யென்றால் குறிப்பிட்ட விளைவு வேண்டுமானால் என்ன காரணம் வேண்டும்? இப்படி யோசித்து, அதாவது, 'ரிவர்ஸ் எஞ்சினியரிங்' போல, பின் பக்கமாகப்போய் வழிமுறையைக் கண்டுபிடித்துவிட்டார்கள்.

சரியான அணுகுமுறை, செய்து முடிக்கத் திட்டம், ஒவ்வொன்றாகச் செய்து பார்த்த பொறுமை, செய்து பார்த்ததில் ஒழுங்கு, கிடைத்த முடிவுகளை முறையாகக் குறித்துக்கொண்டு ஆவணப்படுத்துதல், கிடைத்த தகவல்களை ஆராய்ந்து முடிவு எடுத்தல், பின் அதைத் தேவையான அளவு பயன்படுத்துதல் - இவைதான் அவர்களை வெற்றி பெற வைத்தது. எத்தனை முறை செய்தாலும்

சரியாகவேதான் செய்வார்கள். காரணம், செய்முறைத் திறன், 'பிராசஸ் கேபபிளிட்டி' அவர்களிடம் வந்துவிட்டது.

பிளேன் விடுவதற்கு மட்டுமா இந்த வழிமுறை! வாழ்க்கை, வியாபாரம், தொழில் எல்லாவற்றிலுமே இப்படிச் செய்ய முடியும்.

மேலே பிளேன் உதாரணத்தில் பார்த்த 'காரணம் - விளைவு' என்கிற சூட்சமம் வாழ்க்கையில் எல்லா இடங்களிலும் உள்ள 'நோய் நாடி, நோய் முதல் நாடி' என்பது, 'விளைவுகளைக் கட்டுப்படுத்த, காரணத்தினைக் கட்டுப்படுத்து' என்கிற சூட்சுமம் தான். உணவுக்கும் ஆரோக்கியத்திற்கும் முயற்சிக்கும் வெற்றிக்கும் போல பலவற்றுக்கும் இடையே உள்ளவை எப்படிப்பட்ட உறவு? இருக்கும் தொடர்பு என்னும் 'காஸ் அண்டு எபெக்ட்'தானே!

முன்னேற்றம் என்ற விளைவு வேண்டுமா? அதனை விளைவிக்கவும் நிச்சயமான காரணங்கள் உண்டு. அவற்றைத் தான் இனி வரும் அத்தியாயங்களில் பார்க்கப் போகிறோம்.

3. ஒரே போல செய்யும் திறமை

அது ஒரு காபித் தூள் விற்கும் கடை. ஷிப்டுக்கு ஒரு ஊழியர் வீதம் அங்கே மொத்தம் இரண்டு ஊழியர்கள். ஒருவர் பெயர் ராமன்; மற்றொருவர் பெயர் குமார். அரைத்த காபித் தூள், டப்பாவில் கொட்டி வைக்கப்பட்டு இருக்கும். ஷிப்டுக்கு வந்ததும் ஊழியர், காபித் தூளைக் கரண்டியால் எடுத்து, எடைத் தராசில் நூறு கிராம் நிறுத்து, கீழே சிந்தாமல் பேப்பர் பையில் போட்டு, பின்பு அதன் வாய்ப் பகுதியை ஒட்டி, பொட்டலங் களை வரிசையாக அடுக்கி வைக்கவேண்டும். இது ஒரு வேலை.

வெவ்வேறு ஷிப்டுகளுக்கு வரும் இரு ஊழியர்களுமே, பழக்கம் காரணமாக, இந்த வேலையை வேகமாகச் செய்து முடிப்பார்கள். வியாபாரம் நன்றாக நடந்தாலும் ஏனோ, முதலாளிக்கு வர வேண்டிய லாபம் வரவில்லை. அவருக்கு அதன் காரணமும் புரியவில்லை. விலையுயர்ந்த பொருளான காபித் தூள் சரியான எடையில்தான் பொட்டலம் போடப்படுகிறதா என்று எப்போதுமே முதலாளிக்கு சந்தேகம் உண்டு. ஆனால், தினம் தினம், ஏகப்பட்ட பொட்டலங்கள் போடப்படுகின்றனவே! எப்படி எல்லா வற்றையும் சோதித்து, ஒரு முடிவுக்கு வருவது என்றுதான் புரியாமல் இருந்தார்.

இதைப் பற்றி விவரம் தெரிந்த நண்பர் ஒருவரிடம் ஆலோசனை கேட்டார். சிறிது யோசனைக்குப் பின், 'மாதம் ஒரு முறை, ஏதாவது ஒரு நாள் முன்னறிவிப்பு ஏதுமின்றி, எல்லா

பொட்டலங்களையும் நீங்களே எடை சோதனை செய்து பார்த்து விடுங்கள்' என்றார் நண்பர். எல்லாப் பொட்டலங்களுமாக இருந்தாலும் மாதத்தில் ஒரே ஒரு நாள்தானே என்று முதலாளியும் செய்து பார்க்க முடிவு செய்தார்.

திடீரென்று ஒரு நாள், இரண்டு ஷிப்டிலும் போடப்பட்ட பொட்டலங்கள் அனைத்தையும் தானே எடை போட்டுப் பார்த்தார். எடைகளைத் தனித் தனியாகக் குறித்துக் கொண்டார். பரிசோதனைக்கு மட்டும், அவர் டயல் எடை (Digital) மிஷின் ஒன்றினை வாடகைக்கு எடுத்து வந்திருந்தார்.

முதலில் ராமன் போட்ட பொட்டலங்கள் எடை சரி பார்க்கப் பட்டன. என்ன ஆச்சரியம்! ராமன் போட்ட பொட்டலங்கள் அனைத்துமே, நூறு கிராமை விட எடை கூடுதலாகத்தான் இருந்தன. அதுவும் சரியாக 105 கிராம். எல்லாம் என்றால், எல்லாம். ஒன்று விடாமல் அத்தனை பொட்டலங்களுமே 105 கிராம்! 'பொட்டலத்துக்கு ஐந்து கிராம் என்றால், ஆயிரம் பொட்டலத்திற்கு என்ன ஆயிற்று?' முதலாளிக்குக் கோபமான கோபம்.

அதே கோபத்துடன் அடுத்தவரான குமார் என்ற ஊழியர் போட்ட பொட்டலங்களை எடை சரி பார்க்கத் தொடங்கினார். அவற்றுள் சில மிகச் சரியாக 100 கிராம் இருந்தன. வேறு சில 95 கிராம்கள் இருந்தன. இன்னும் சிலவோ 105 கிராம் வரை இருந்தன. ஆக குமார் போட்ட பொட்டலங்கள் பல எடைகளிலும் இருந்தன. அவற்றில் சில சரியான 100 கிராம் எடையுடையவை.

முதலாளியின் பார்வையில் குமார் பரவாயில்லை. ராமன்தான் மோசம். எல்லா பொட்டலங்களிலும் எடை கூடுதலாக அதுவும் ஒரே மாதிரி கூடுதல் அளவு போட்டிருக்கிறார். ஆனால், அவருக்கு இந்தப் பரிசோதனை யோசனையைச் சொன்ன நண்பரின் பார்வை வேறு மாதிரியாக இருந்தது. அவர் சொன்னார்: 'ராமன்தான் தேவலை. கூடுதலாகப் போட்டாலும் அவன் போடுவதில் மாற்றம் இல்லை. போட்ட எல்லாப் பொட்டலங்களும் ஒரே எடையில் போட்டிருக்கிறானே! ஆனால் குமாரின் கை மாறி மாறிப் போடுகிறது.'

கொஞ்சம் வித்தியாசமான பார்வையாகத் தோன்றுகிறதோ!

வித்தியாசமான பார்வைதான். ஆனால், தவறான பார்வை இல்லை.

முதல் இரண்டு அத்தியாயங்களில் என்ன பார்த்தோம்? செய்முறைத் திறன்தானே. 'பிராசஸ் கேபபிளிட்டி' வேண்டியபடி செய்வது. ஒவ்வொரு முறையும் தவறாமல் வேண்டிய விளைவையே பெறுவது.

ராமன் கூடுதலாகவே எடை போட்டாலும், ராமனால் ஒரு குறிப்பிட்ட எடையில் எல்லாப் பொட்டலங்களையும், 'பேக்' செய்ய முடிகிறது. முன்னே பின்னே என்பது அவரிடமில்லை. அவர் கூடுதலாக பேக் செய்யக்கூடாதுதான். அது தவறுதான். அதில் கருத்து வேறுபாடே கிடையாது. ஆனால், இங்கே நாம் எடுத்துக்கொண்டிருப்பது, செய்முறைத் திறன் என்கிற திறமை பற்றி. இருவரில், ஒரே போலச் செய்ய முடிகிறவர் யார்?

அந்தக் கோணத்தில் இருந்து பார்த்தால், ராமன்தானே மேல்?

குமார் செய்வதை அக்கியூரேட் (Accurate) என்கிறார்கள். சில பொட்டலங்களை(யாவது) சரியாக 100 கிராமுக்குப் பேக் செய்திருக்கிறாரே, அதனால்.

அடுத்தது ராமன் செய்த முறை. அது தவறாகவே இருந்தாலும், அவரால் ஒரே போலச் செய்ய முடிந்தது அந்தச் செயல்பாட்டை, பிரிசைஸ் (Precise) என்கிறார்கள்.

இந்த இரண்டில் எது சரி?

செய்முறைத் திறனில் இரண்டும் அவசியம். சரியாகச் செய்ய வேண்டும் (அக்கியூரேட்). அதை எப்பொழுதுமே செய்ய வேண்டும் (பிரிசைஸ்). முன்பே பார்த்திருக்கிறோம். 90 சதவிகிதம் சரியாகச் செய்கிறோம் என்பதெல்லாம் வெற்றியை நிச்சயப்படுத்தப் போதுமானதல்ல என்று. செய்வதில் நூறு சதவிகிதமும் சரியாக இருக்கும்படிதான் திட்டமிட வேண்டும். அதுதான், நம்முடைய இலக்காக இருக்க வேண்டும்; முயற்சிக்க வேண்டும்.

சரி, அக்கியுரேட் மற்றும் பிரிசைஸ் என்கிற இரண்டுமே முக்கிய மென்றால், குமாரை விட, ராமன் மேல் என்று ஏன் சொல்ல வேண்டும்? கேட்கலாம்.

'மொத்தம் இரண்டு பிரச்னை என்றால், அவற்றில் எது பெரிய பிரச்னை?' என்கிற கேள்வி வருமல்லவா? அதுதான் இங்கே, இப்பொழுது, அப்படியும் இப்படியுமாக எடை போட்டுக்

கொண்டிருக்கும் குமார்தான் பெரிய பிரச்னை. அவரை மாற்றுவது அதிக சிரமம். அதே சமயம் ராமனின் கூடுதலாகப் போடும் விஷயத்திற்கான காரணத்தினைக் கண்டுபிடித்து அதனைச் சரி செய்து விட்டால் போதும். முடிந்தது வேலை.

●

ராமனும் குமாரும், அவர்களின் காபித் தூள் எடை போடுதலும் உதாரணங்கள்தான். அவை போகட்டும். விஷயம் இதுதான். எப்பொழுதும் முறை பிசகாமல் ஒரே போலச் செய்யக் கூடியவரா நாம்? அந்தத் திறன் நம்மிடம் இருக்கிறதா? அல்லது அப்படி நம்மை நாமே மாற்றிக்கொள்ளமுடியுமா?

அந்தச் செய்முறைத் திறன் மிக அவசியம். ஏன் என்றால் எதைச் செய்ய வேண்டும் என்று முடிவு செய்தாலும் அதற்கு முன், இதை உறுதிப்படுத்திக் கொள்ளுதல் வேண்டும். அப்படித் திறன் இருந்து விட்டால் அல்லது வளர்த்துக்கொண்டுவிட்டால், வெற்றி நிச்சயம். சொன்னதைச் செய்பவனை அழைத்து வந்து விட்டால், அவனிடம் நல்லதை எடுத்துச் சொல்லி, ஒழுங்காக செய்யச் சொல்லலாம்; செய்வார். நன்மை கிடைக்கும்.

மாறாக, சொன்னதைச் சில சமயம் சரியாகவும் வேறு சில சமயம் தவறாகவும் செய்பவரிடம் சொல்லி என்ன பயன்? நல்லதை எப்பொழுதும் சொல்லிக்கொள்ளலாம். அதற்கு முன், கேட்டுக் கொண்டதை முறையாக செய்யக்கூடிய மனக் கட்டுப்பாடு, ஒழுங்கு, நேர்த்தித் திறன் போன்றவை முக்கியம்.

●

ஒருவரின் மகன் 'டேபிள் டென்னிஸ்' விளையாட்டில் ஆர்வம் காட்டினான். அவனுக்கு வயது பத்துதான் இருக்கும். தொலைக் காட்சிகளில் வீரர்கள் பலரும் 'பேக் ஹேண்ட்' மற்றும் 'பிரண்ட் ஹேண்ட்' என்று பாய்ந்து பாய்ந்து பந்தை அடிப்பதைப் பார்த்திருக் கிறான். அவனுக்கும் ஆர்வம் வந்துவிட்டது. அவனுடைய அப்பா, அவனை ஒரு நல்ல பயிற்சியாளரிடம் சேர்த்துவிட்டார். மகனும் மிக ஆர்வத்துடன் சேர்ந்தான்.

முதல் நாள் மாலை பயிற்சி முடிந்து வீடு திரும்பிய மகனுடைய முகம் சற்று வாட்டமாக இருந்ததைக் கவனித்த அப்பா, அவனிடம் கரிசனத்துடன் மெல்ல விசாரித்தார்.

பையன் மடமடவெனக் கொட்டி விட்டான்.

'அவர், என்னை, 'கேம்' மே ஆட விடலைப்பா.'

'அப்படியா? அப்ப, அங்க, இரண்டு மணி நேரமா என்னதான் பண்ணின?'

'பந்தை, டி, டி மட்டையால தட்டிக்கிட்டே இருந்தேன்ப்பா.'

'அது 'கேம்' இல்லையா?'

'இல்லைப்பா. நான் மட்டும் தனியா, ஒரு 'ரூம்'ல, பந்து, கீழ விழாத மாதிரி, விடாமல், மேல தூக்கிப்போட்டு, 'பேட்'டால கீழ விழாம தொடர்ந்து தட்டிக்கிட்டே இருக்கனுமின்னுட்டார்.'

'முழு கிளாசுமா?'

'ஆமாப்பா.'

குரல் உடைந்து விடும் போலிருந்தது அவனுக்கு. 'பையன் ஏதாவது தப்புப் பண்ணியிருப்பானோ! இது தண்டனையோ?' மனதிற்குள் நிறைய கேள்விகளுடன் மறுநாள், என்னதான் நடக்கிறது அங்கே, என்று பார்ப்பதற்காகப் பையனைக் கூட்டிக் கொண்டு அவரும் போனார்.

அன்றைக்கும் அதேதான் நடந்தது. அவன் வந்ததும், அவனைப் பார்த்து, 'நேத்து செய்ததேதான். போ' என்று அனுப்பிவிட்டார் பயிற்சியாளர். பந்தைக் கீழே விழுந்துவிடாமல் மட்டையால் தனியே தட்டிக் கொண்டேயிருக்க வேண்டும். செய்தான். அவன் போன பின், தந்தை, பயிற்சியாளரிடம் போய், 'ஏன் இப்படி?' என்று கேட்டார்.

பயிற்சியாளர், அவரை உட்காரச் சொல்லிவிட்டுப் பொறுமை யாக விளக்கினார். 'நிச்சயமாக விளையாடச் சொல்லித் தரத்தான் போறேன். ஆனா, அது இப்ப இல்லை. பின்னாடிதான். அதெல்லாம் சொல்லித் தருவதற்கு முன், அவனுக்குச் சில திறன்கள் வந்தாகணும். அதுல முக்கியமான ஒண்ணு, கவனக் குவிப்பு. 'கான்சென்ட்ரேஷன்'. அது இந்த ஆட்டத்துக்கு ரொம்ப முக்கியம். அது தவிர, பந்தை மட்டையால் தட்டுறதுக்கு அவன் நல்லாப் பழகணும். அதுக்காகத்தான் ஒரு வாரத்துக்கு இந்தப் பயிற்சி' என்றார்.

நன்றி சொல்லிவிட்டு வீட்டுக்குப் போனார் அப்பா. அதே பையன், பின்பு நல்லதொரு டி.டி. விளையாட்டு வீரனானதுடன், அவனுடைய கல்லூரியின் குழுவிலேயே அவன் விளையாடியதும் தனிக் கதை.

விஷயம் இதுதான். எதைச் சரியாகச் செய்வதற்கும், சில பயிற்சிகள் அவசியம். முதலில் 'ஒரே மாதிரி செய்யும்' பக்குவம் மற்றும் திறனை வளர்த்துக்கொள்ளவேண்டும். எதைக் கொடுத்தாலும் ஒழுங்காகச் செய்பவன், எப்பொழுதுமே மேல். முன்னேற விரும்புகிறவர்கள் 'அது'வே ஆகி விட வேண்டும்.

அப்படி ஆவதற்கு எவையெல்லாம் அவசியம்?

4. ஒன்றா இரண்டா?
எத்தனையோ காரணங்கள்!

காபித் தூள் கடையில் வேலை செய்யும் இரண்டு ஊழியர்களைப் பற்றிப் பார்த்தோம். அதன் மூலம், எதைச் செய்தாலும் எல்லா நேரமும் ஒரே மாதிரியே செய்யும் திறனை வளர்த்துக்கொண்டவர்கள் வெற்றி பெறுவார்கள் என்பதைப் புரிந்துகொண்டோம்.

அதுபோல 'அக்கியுரேட்' என்பதைக் காட்டிலும் 'பிரிசைஸ்' மேல் என்கிற கோட்பாட்டினைப் பார்த்தோம் அல்லவா, வெற்றியை நிச்சயப்படுத்த இன்னொரு சுவாரஸ்யமான கோட்பாடும் இருக்கிறது.

●

சென்னையில் ஒரு ஓட்டல் அறை. நண்பர்கள் நாலு பேர் பேசிக் கொண்டிருந்தார்கள். முத்துக்குமார் என்பவர் பாண்டிச்சேரியில் இருந்து காரில் கிளம்பி, அவர்களைப் பார்க்க வந்தார். அவரைப் பார்த்ததும் நண்பர்கள் நால்வருக்குமே ஆச்சரியம். எப்படி இவ்வளவு சீக்கிரம் சென்னை வந்து சேர்ந்தார் என்று.

'நேற்று இரவே சென்னை வந்து விட்டீர்களா? சென்னையி லேயே எங்காவது தங்கியிருந்துவிட்டுக் காலையில் அங்கிருந்து வருகிறீர்களோ?'

'இல்லை. இல்லை. காலையில்தான் கிளம்பினேன்.'

'அப்படியா! எத்தனை மணிக்குக் கிளம்பினீங்க?'
'ஆறு மணிக்கு.'

'இந்தப் பொய்தானே வேண்டாங்குறது. எப்படி இரண்டு மணி நேரத்துல பாண்டியில் இருந்து சென்னை வந்து சேர முடியும்?'

'ஏன் முடியாது? வர முடியும்.'

கடைசியாகச் சொன்னது முத்துக்குமார் இல்லை. வர முடியும் என அப்படி அழுத்தமாகச் சொன்னது செந்தில். நான்கு பேரில் ஒருவர். எதையும் சிந்தித்துப் பேசுவதில் சமர்த்தர் அவர். செந்தில் இப்படிச் சொல்லியதும் மற்றவர்களும் சீரியசாகிவிட்டார்கள். மூன்று மணி நேரம் வரக்கூடிய தூரத்தினை, இரண்டு மணி நேரத்தில் அந்தக் கார் கடந்தது எப்படி? ஒரு செலவு குறைப்புப் பயிற்சிக்கு (Training on Cost Cutting) வந்திருந்த அவர்களுக்கு இது ஒரு சுவாரஸ்யமான புதிராகப்பட்டது.

முன்னேற்றம் என்றால் என்ன? பயன்படக் கூடியனவற்றை சிக்கனமாகப் பயன்படுத்துவதும், குறைந்த செலவில் அதிகப் பலன் பெறுவதும்தானே. இங்கே பயண நேரம் மிச்சப் பட்டிருப்பது, ஒரு வகையில் முன்னேற்றம்தான். இந்த முன்னேற்றம் காரில் வந்த முத்துக்குமாருக்குத் தற்செயலாகக் கிடைத்திருக்கலாம். அன்றைக்குக் கிடைத்த அந்தப் பலனை மற்ற நாள்களிலும் பெற முடியுமா? அப்படிப் பெறுவதற்கு என்ன செய்ய வேண்டும்?

இப்படி தற்செயல்களைத் தாண்டி, முன்னேற்றத்தினை நிச்சயப் படுத்த... கொஞ்சம் ஆராய வேண்டும். சரியான காரணங்களைக் கண்டுபிடித்துவிட்டால், பின் எப்பொழுதுமே வெற்றிதான். வெற்றி கிடைத்தபொழுது அல்லது வெற்றி பெற்றவர்கள் என்ன செய்தார்கள் என்று பார்ப்பது, அவற்றை முறையாக ஆராய்வது, முன்பு பார்த்த கங்கா குழுவினர் செய்ததுபோல, எதனால் எது நிகழ்ந்தது என்பதைக் கவனத்தில் கொள்வது. பின்பு அதை, அந்தத் தகவலைப் பயன்படுத்தி வெற்றி பெறுவது.

வெற்றியின்போது அமைந்த காரணங்களைச் சரியாகப் புரிந்து கொண்டு, பின் ஒவ்வொரு முறையும் அந்தக் காரணங்களை

உறுதிப்படுத்துவது. அப்படிச் செய்யப் பெற்ற எந்த விளைவும் நிச்சயமாகி விடும்!

●

முத்துக்குமாரோடு அவர் நண்பர்கள், மிகவும் சீரியசாகப் பேசத் தொடங்கினார்கள். 'இப்படி முத்துக்குமாரின் கார் அன்று துரிதமாக வர முடிந்ததற்குக் காரணம் என்ன?' பாண்டியன் கேட்டார்.

'என்ன? அப்படி காரணம் என்று ஒருமையில் கேட்கிறீர்களே? இதற்கு ஒரே ஒரு காரணம் மட்டும்தானா இருக்க முடியும்?' - இது செந்தில்.

'அப்படியென்றால் பல காரணங்களா?'

இது பாண்டியன். தொடர்ந்து விவாதித்தார்கள்.

'அப்படியென்றால், காரணங்களை ஏன் ஒரு பட்டியலே போடக் கூடாது? யாராவது ஒருவர் எழுதக்கூட செய்யலாமே! கவனிக்க உதவியாக இருக்குமே.'

'ஓ.. தாராளமாகச் செய்யலாமே.'

காரணங்களை ஒவ்வொன்றாகச் சொல்ல ஆரம்பித்தார்கள். பாண்டியன் தன்னுடைய டைரியைத் திறந்து, அதில் பெரிய எழுத்துக்களில் எழுத ஆரம்பித்தார். அப்படி எழுதும்பொழுதே, காரணங்களுக்குப் பக்கத்தில் வரிசை எண்களைப் போட்டார்.

1. வந்த ரோடு, நல்ல ரோடு.

2. காலையிலேயே கிளம்பிட்டதால் போக்குவரத்து அதிகமில்லை.

3. வண்டி சர்வீசுக்குப் போய்விட்டு வந்திருக்கிறது.

4. வழியில் பிரச்னை எதுவும் இல்லை.

5. டிரைவர் நன்றாக வேகமாக ஓட்டினார்.

மடமடவென்று காரணங்கள் சொல்லப்பட்டன. பின்பு கொஞ்சம் அமைதி. 'அவ்வளவுதானா?'

'ஏன் இல்லை?' மீண்டும் தொடர்ந்து காரணங்கள்.

6. காற்று வீசியது வண்டிக்குச் சாதகமாக இருந்தது.

7. டயரில் காற்று அளவுகூட மிகச் சரியாக இருந்தது.

8. வண்டியை அடிக்கடி நிறுத்தவில்லை.

மீண்டும் கொஞ்ச நேர் அமைதி. யோசித்தார்கள். 'இன்னும் ஏதாவது காரணம்?

'ம்ம்...

9. ஸ்பீட் பெட்ரோல் போட்டுக்கொண்டது.

10. வண்டியில் லோடு அதிகமில்லாமல் இருந்தது.

யாரோ, 'போதும்...போதும்' என்று சொல்ல, அதோடு நிறுத்திக் கொண்டார்கள்.

'அடேயப்பா...! ஒரு கார் வழக்கமாக வரும் நேரத்தினைவிட குறைவான நேரத்தில் வருவதற்கு இவ்வளவு காரணங்களா இருக்க முடியும்?'

'இல்லையா பின்னே! சொல்லப் போனால் இவையே குறைவுதான். பல பிரபல கார் தயாரிக்கும் நிறுவனங்களின் நிபுணர்களிடம் கேட்டால் அவர்களால் இன்னும் கூடுதலான காரணங்களைச் சொல்ல முடியும்.'

●

கார் வேகமாகப் போவதற்கு மட்டுமல்ல. எந்த விளைவுக்குமே பல காரணங்கள் இருக்கும். எதுவுமே ஒன்றிரண்டு காரணங்களால் மட்டும் நடந்து விடுவதில்லை. வாழ்க்கையில் முன்னேற்றம், தொழிலில் வெற்றி, தேர்வில் வெற்றி போன்றவற்றில் மட்டுமில்லை; விளையாட்டில் வெற்றி, திரைப்படத்தின் வெற்றி என்று எதை எடுத்துக் கொண்டாலும் அந்த வெற்றிகளுக்குக் காரணமாக பலவற்றைச் சொல்லலாம் இல்லையா?

வீட்டில் சமைக்கப்படும் சாதாரண ரசத்தையே எடுத்துக்கொண்டால், அதன் வெற்றி எனப்படும், சாப்பிடுபவரின் பாராட்டைப் பெறுமாறு அது அமைவதற்கு என்ன காரணங்கள் இருக்க முடியும்? நல்ல புளி போன்ற தேவையான மளிகைப் பொருள்கள், மேலும் அவற்றைச் சரியான அளவுகளில்

பயன்படுத்துவது, பின் சீரான சூடு வந்ததும், அடுப்பிலிருந்து இறக்குவது... என்று அதற்கும் காரணங்கள் பலவாகும்.

ஒப்புக்கொள்ள வேண்டியதுதான். எந்த வெற்றிக்கும், நிறைய காரணங்கள் இருக்கும். சரி, இப்படி ஒரு செயல் முடிந்த பின், இதனால் இது வெற்றி பெற்றது அல்லது பெறவில்லை என்று அலசுவது ஒரு முறை.

அப்படி நடந்து முடிந்த பிறகு, அலசாமல், நடப்பதற்கு முன்பாகவே, என்ன செய்தால் எப்படி நடக்கும் என்பதைக் கண்டறிந்து, தேவை யான விளைவுக்கு ஏற்றாற்போல் செயல்பட வேண்டாமா?

●

கிரிக்கெட் விளையாட்டு பலருக்கும் தெரிந்ததுதான். அந்த விளையாட்டில், பந்து வீசுபவரை பௌலர் என்பார்கள். சுமார் இருபது ஆண்டுகளுக்கு முன்பு நமது இந்திய அணிக்கு விளையாடியவர்களில், சில சுழற் பந்து வீச்சாளர்கள் பிரபலம். அவர்களில் ஒருவர் நமது தமிழ்நாட்டைச் சேர்ந்த வெங்கட்ராகவன். மற்றொருவர் கர்நாடகா மாநிலத்தினைச் சேர்ந்த சந்திரசேகர்.

இருவருமே பந்து வீசுபவர்கள்தான் என்றாலும், இருவர் முறைகளும் வேறு வேறானவை. வெங்கட்ராகவன் பந்து போடுவதில் ஒரு 'கண்ட்ரோல்' இருக்கும். அதாவது, அவர் நினைத்த இடத்தில், அவரால் சரியாகப் பந்தை வீச முடியும். அவரது அந்தத் திறன் பற்றிச் சொல்லும்போது, ஆடு களமான 'பிட்ச்'சில் சில ஸ்டம்புகளுக்கு எதிரில் எங்காவது ஒரு குண்டூசியினை குத்தி வைத்துவிட்டு, அதன் தலையில் பந்து விழுமாறு வீசுங்கள் என்றால்கூட, அவரால் சரியாக வீச முடியும் என்பார்கள்.

ஆம். நாம் முன்பு பார்த்த, ஏரோப்பிளேன் விடும் பந்தயத்தில் சரியாகச் சொல்லியடித்த, கங்கா அணியினரைப்போல, வெங்கட்ராகவனால், அவர் வேண்டுமிடத்தில் பந்தைத் துல்லியமாக எறிய முடியுமாம்.

சந்திரசேகரும் மிக நல்ல உபயோகமான பந்து வீச்சாளர்தான். ஆனால் அவருடைய முறை வேறு. சொல்லப் போனால், அவரால் சில சமயங்களில் வெங்கட்ராகவனை விடக் கூட மிகச் சிறப்பான பந்துகளை வீசி, விக்கெட்டுகளை எடுக்க முடியும்.

ஆமாம். சரியாகக் கவனித்தீர்கள்! சில சமயங்கள்தான்! காரணம், அவருடைய பந்து வீசும் கை மற்றவர்களுடைய கைகளைப் போல இருக்காது; கொஞ்சம் வளைந்து இருக்கும். அந்தக் காரணத்தினால், அவரால் விசித்திரமான சில டெலிவரிகளைப் போட முடியும் என்பார்கள். அப்படிப்பட்ட, திடீரென வரக் கூடிய சில பந்துகள்தான், பேட்டிங் செய்பவரைக் குழப்பும். போட்டுக்கொண்டே இருப்பார். திடீரென ஒரு பந்து, விளையாட சிரமமான பந்தாகி விடும். மட்டை பிடித்து ஆடுபவர் அவுட் ஆகி விடுவார். ஒரு சில பந்துகள்தான் அப்படி. மற்றவை எல்லாம் சுலபமான பந்துகள்.

வெங்கட்ராகவன், காபித் தூள் எடையை ஒரே மாதிரி போடும் ராமன் போன்றவர். சந்திரசேகர், சில சமயங்களில் மிகச் சரியாகவும் வேறு சமயங்களில் சரியில்லாமலும் போடும் குமார் போன்றவர். வெங்கட்ராகவன், கங்கா அணியினரைப் போன்றவர்.

கிரிக்கெட்டிற்கு இரண்டு விதமான வீரர்களும் தேவைதான். ஆனால், வாழ்க்கைக்கு? அதிலும் குறிப்பாக வெற்றியை நிச்சயப் படுத்த விரும்புபவர்களுக்கு? முன்னேற்றம் காண விழைபவர் களுக்கு? 'இது, இதனால், இப்படி' என்று தெரிந்து, 'அதை, அதனால், அப்படியே' செய்யும் திறனும். மனோபாவமும்தான் அவசியம்.

வாழ்க்கையில் முன்னேற கங்கா அணியினர், காபித் தூள் ஊழியர் ராமன் மற்றும் சுழற்பந்து வீச்சாளர் வெங்கட்ராகவன் செய்முறைகள்தான் நிச்சய வழி.

●

எது? எதனால்? எப்படி? என்று தெரிந்துகொள்ள வேண்டும் என்று பார்த்தோம். அதுதான் முன்னேற்றப் பாதைக்குச் செல்வதற்கு அடுத்த கட்டம். தெரிந்து செய்வது. ஆங்கிலத்தில், கம்ப்யூட்டர் உலகில், 'பை டிசைன்' (By design) என்பார்கள். தேர்வு செய்து, திட்டமிட்டு, வேண்டுமென்று செய்வது. சிலருடைய வெற்றிகள் தற்செயல். அவை 'பை டிசைன் அல்ல'. அவை கிடைத்தது 'பை சான்ஸ்' (By chance). அது எப்போதும் நிகழாது. நிச்சயம் என்று நம்ப முடியாது.

வெற்றி ஈட்டித் தரும் சரியான காரணங்களைக் கண்டுபிடித்து அவற்றைப் பயன்படுத்துவதுதான் வழி. எந்தக் காரணங்களை எப்படிப் பயன்படுத்துவது?

5. எல்லாச் செயல்களும் ஒரே போலப் பயன் தருபவையா என்ன?

ஒருவர் கையில் ஐம்பது ரூபாய் இருக்கிறது. அந்தக் காசினை அவர் என்ன செய்வார்? என்ன செய்வார் என்பது, அவர் யார் என்பதையும், அவரது அப்போதைய தேவையையும் பொறுத்தது. அவர் அடுத்த வேளை உணவிற்கே சிரமப்படுபவராக இருந்தால், அந்தக் காசினைச் சாப்பாட்டில் செலவழிப்பார். அவருக்குச் சாப்பாடு பிரச்னையில்லை. ஆனால், அவருடைய காலணி (செருப்பு) பிய்ந்து போயிருக்கிறது என்றால், அவர் அதை தைக்கவோ அல்லது புதிய காலணி வாங்கவோ பயன்படுத்தலாம்.

அல்லது, அவர் தினமும் வேலைக்குப் போகும் அவருடைய சைக்கிள் ரிப்பேர் ஆகியிருந்தால், அதைச் சரி செய்வதற்கு அந்தக் காசினை அவர் பயன்படுத்தலாம். இப்படியாக, அந்தச் சமயத்தில் இருக்கும் தேவையைப் பொறுத்து, செலவு அமையும்.

ஐம்பது ரூபாய் மட்டுமல்ல. அது போனஸ் பணம் ஆறாயிரமாகவோ அல்லது நிலம் விற்று வந்த லட்சம் ரூபாயாகவோ கூட இருந்தாலும், அணுகுமுறை இப்படித்தான் இருக்க முடியும். அந்தச் சமயத்தில் இருக்கும் தேவைகளிலேயே முக்கியமான தேவை எது? அதற்குத்தான் அந்தப் பணம் போகும். அதற்குத்தான் முதல் கவனிப்பு. அந்தத் தேவை நிறைவான பிறகு, பணம் மீதம் இருந்தால்தான் மற்றவற்றுக்கு.

இதுதான் முன்னுரிமை கொடுப்பது என்பது. ஆங்கிலத்தில் 'பிரையாரிடைசிங்' (Prioritising) என்பார்கள்.

●

காலையில் கிளம்பி அலுவலகம் போகிறோம். அல்லது கடையைத் திறக்கிறோம். போனதும் என்ன செய்யலாம்? செய்ய வேண்டிய வேலைகள் எத்தனையோ இருக்கும். அவற்றில் எதைச் செய்கிறோம்? எதை முதலில் செய்து முடித்து விட்டு மற்றதைப் பார்க்க வேண்டும்?

எதை வேண்டுமானாலும் செய்யலாம். அது நமது சொந்தக் கடை. போனதுமே யாரோ நமக்காகக் காத்திருப்பதைப் பார்க்கிறோம். அவர் கேட்பதைச் செய்கிறோம். அடுத்து இன்னொருவர் வருகிறார். அவர் இன்னொரு விஷயம் கேட்கிறார். அதுவும் நம் கடை அல்லது வேலை விஷயம்தான். அதையும் முடிக்கிறோம். பின்பு ஏதோ அழைப்பு வருகிறது. அங்கே போகிறோம். இப்படி யெல்லாம் செய்ய, ஏதாவது சில வேலைகள் முடிந்துகொண்டு தான் இருக்கின்றன.

ஆனால், அவைதான் நாம் செய்து முடிக்க வேண்டியதிலேயே மிக அவசரமானதா? மிக முக்கியமானதா? நாம் செய்தவைதான் நமக்கு அதிகபட்ச பலன் தரக் கூடியதா? சொல்ல முடியாது.

● கடை லைசென்ஸ் புதுப்பிக்க கடைசி நாள்.

● பொருள் அனுப்பியவருக்கு செக் கொடுத்திருக்கிறது. வங்கிக் கணக்கில் பணம் ஏற்பாடு செய்ய வேண்டும்.

● வேலை கேட்டு ஒரு பையன் வந்திருக்கிறான்.

● கடையில் வேகமாக விற்பனையாகும் ஒரு சரக்கு ஸ்டாக் இல்லை. அதற்கு ஆர்டர் கொடுக்க வேண்டும்.

● வேறு ஒரு கடை வாடகைக்குப் பார்க்க வேண்டும்.

● கடந்த வாரக் கணக்கு முடிக்க வேண்டும்.

● கடையில் ஒரு சில 'ஷெல்பு'களை ரிப்பேர் செய்ய வேண்டும்.

● நேற்று வந்த தபால்களை இன்னும் பார்க்கவில்லை.

● சங்கக் கூட்டத்திற்கு ஏற்பாடு செய்ய வேண்டும்.

இதுபோல ஒவ்வொரு நாளும் செய்து முடிக்க வேண்டியவை நிறைய இருக்கும். இவை எல்லாவற்றையும் செய்து முடிக்க முடியுமானால் நல்லது. இதற்குத்தான் முயற்சிக்க வேண்டும். சமயத்தில் நேரப் பற்றாக்குறை காரணமாக அல்லது பணப் பற்றாக்குறை காரணமாக, எல்லாவற்றையும் ஒரே நாளில், அன்றன்றே செய்ய முடியாது. அப்படியிருக்கையில் பலவற்றில் எதை முடிப்பது? எதற்கு முன்னுரிமை? இந்த முடிவை நாம்தான் எடுத்தாக வேண்டும்.

இருக்கும் நேரம் மற்றும் பணத்திற்குள் எவற்றைச் செய்து முடித்தால் நமக்கு மிக அதிகபட்ச நன்மையோ அதைச் செய்ய வேண்டும். இப்படிச் செய்வதற்கு இரண்டு தகவல்கள் தேவை.

- ஒன்று நாம் செய்து முடிக்க வேண்டியவை என்னென்ன என்கிற ஒரு முழுப் பட்டியல்.

- இரண்டாவது நம் தேவை என்ன? எது முக்கியம்? என்கிற தெளிவு.

இந்த இரண்டும் வேண்டும். ஒரே ஒருநாளை பயனுள்ளதாகப் போக்குவதற்கு இப்படி அணுக வேண்டுமென்றால்... இருபத்து ஏழாயிரத்து முன்னூற்று எழுபத்தைந்து நாள்களைப் பயனுள்ளதாக ஆக்குவதற்கு? அதாவது குறைந்தபட்ச 75 வருட வாழ்க்கைக்கு? வாழ்க்கையில் முன்னேறுவதற்கு...? அந்த 'பிரையாரிடைசிங்'. முன்னுரிமை செய்வது எவ்வளவு அவசியம்?

பாரிட்டோ என்று ஒரு இத்தாலிய பொருளாதார நிபுணர். அவர் *1906* இல் இத்தாலிய தேசத்தில் *80%* நிலத்தினை வெறும் *20%* மக்களே வைத்திருக்கிறார்கள் எனக் கண்டறிந்து கூறினார். அதன் காரணமாக, அவர் பெயரினை வைத்து, ஜப்பானிய மேனேஜ்மெண்ட் அறிஞர் ஜோசப் எம். ஐஊரான் என்பவர், 'பாரிடோ பிரின்சிபிள்' என்கிற ஒரு வழிமுறையினையே ஏற்படுத்திவிட்டார்.

பல நிறுவனங்களிலும், *20%* வாடிக்கையாளர்களே, அந்நிறுவனத்தின் *80%* வியாபாரத்திற்குக் காரணமாக இருப்பார்கள். மற்ற பல இடங்களிலும்கூட சில *20%* காரணங்களே *80%* விளைவுகளுக்கு வித்திடும் என்பதுபோல, பாரிடோ தெரிவித்த, *20:80* என்கிற தத்துவத்தினை பலவற்றுக்கும் நீட்டிக்க முடியும் என்று ஐஊரான் கண்டறிந்தார்.

20-80 என்பதை அவர் 'வைட்டல் பியூ அண்டு டிரிவியல் மெனி'
(Vital few and Trivial many) என்று அவர், அதை இரண்டு
பிரிவுகளாகப் பிரித்தார். வைட்டல் என்றால் முக்கியமான,
டிரிவியல் என்றால் முக்கியமில்லாத, முக்கிய சிலவும்,
முக்கியமில்லாத பலவும் என்பதும்தான் அந்தப் பிரிவுகள். அதிக
தாக்கம் தரவல்ல 20 சதவிகிதத்தினை வைட்டல் பியூ என்றும்,
சொற்ப தாக்கமே தரவல்ல 80 சதவிகிதத்தினை டிரிவியல் மெனி
என்றும் குறிப்பிட்டார்.

கடைக்குப் போனதும் முதலில் எதைச் செய்ய வேண்டும்? ஒரு
முழுப் பட்டியல் தேவை என்றோமல்லவா? அந்தப் பட்டியலில்
உள்ளவர்களில் எவை எவை நமக்கு மிக முக்கியம்? அவை
ஒன்றிரண்டு ஆகத்தான் இருக்கும். உடன் முக்கியமில்லாத
பலவும் இருக்கும்.

அந்த முக்கியமானதற்குக் கடைசியில் நேரமில்லாமல் போய்விடக்
கூடாது. எல்லாவற்றுக்கும் ஒரே அளவு முக்கியத்துவம் இல்லை.
எல்லா வேலைகளும் நமக்கு ஒரே அளவு பலனைத் தருவதில்லை.
நாம் போன அத்தியாயத்தில் பார்த்த பாண்டிச்சேரியில் இருந்து
வந்த கார் மிக விரைவாக சென்னை வந்து சேர்ந்ததற்கு அவர்கள்
பத்து காரணங்களைப் பட்டியல் இட்டார்கள்.

1.   வந்த ரோடு, நல்ல ரோடு.

2.   காலையிலேயே கிளம்பிட்டதால் போக்குவரத்து
     அதிகமில்லை.

3.   வண்டி சர்வீசுக்குப் போய்விட்டு வந்திருக்கிறது.

4.   வழியில் பிரச்னை எதுவும் இல்லை.

5.   டிரைவர் நன்றாக வேகமாக ஓட்டினார்.

6.   காற்று வீசியது வண்டிக்குச் சாதகமாக இருந்தது.

7.   டயரில் காற்று அளவுகூட மிகச் சரியாக இருந்தது.

8.   வண்டியை அடிக்கடி நிறுத்தவில்லை.

9.   ஸ்பீட் பெட்ரோல் போட்டுக்கொண்டது.

10. வண்டியில் லோடு அதிகமில்லாமல் இருந்தது.

மேலிருக்கும் பத்து காரணங்களுமே ஒரே அளவாக வேகமான
பயணத்திற்கு உதவியிருக்க முடியும். இவற்றில் இரண்டு, மூன்று

காரணங்கள் மிக அதிக அளவில் உதவியிருக்கும். இஷிகாவா சொல்கிறார். பெரும்பாலும் 20 சதவிகிதக் காரணங்களே 80 சதவிகிதப் பயன்களை உண்டாக்குகின்றன. மீதமுள்ள 80 சதவிகிதக் காரணங்கள் எல்லாம் ஒன்று சேர்ந்து வெறும் 20 சதவிகிதப் பலன்களையே உண்டாக்குகின்றன.

இதையே ஒரு படமாகவும் பார்க்கலாம்.

Results சாதகமான முடிவுகள்

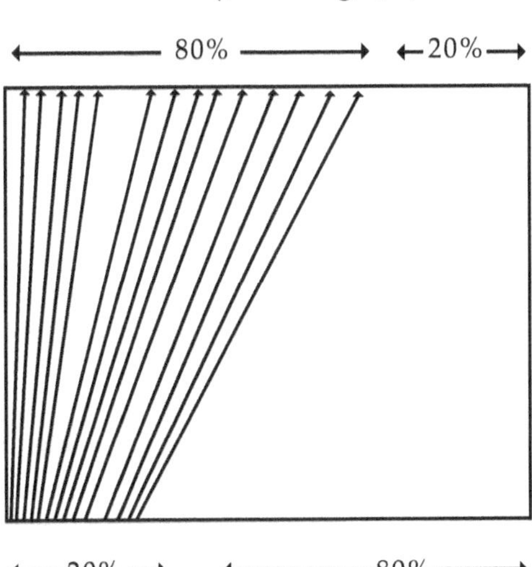

Efforts முயற்சிகள் - வேலை

அப்படியிருக்கும்போது ஏன் வெறும் 20 சதவிகிதக் காரணங்களில் கவனம் செலுத்தக்கூடாது? விஷயம் அதுவேதான். முன்னேற்றம் வேண்டும்? அதுவும் விரைந்து வேண்டுமா? மிக அதிக மற்றும் நிச்சயப் பலன்கள் கொடுக்கும் காரணிகள் எவை? அவற்றைக் கண்டுபிடிக்க வேண்டும்.

இது அது என்று சிலர், திட்டம் எதுவுமில்லாமல், கேள்விப்படு வதை எல்லாம், சொல்லப்படுவதை எல்லாம் செய்வார்கள். நிறைய செயல்பாடுகள். ஆனால், பாவம் மிகக் குறைந்த சாதனைகள்!

மாற்ற வேண்டும். நாம் செய்வது எதுவும் மிகப் பெரிய பலனைத் தர வேண்டும். அப்படிப்பட்ட செயல்கள் எவை என்பதைக் கண்டுபிடித்து அவற்றைச் செய்யலாம். அது எப்படி?

6. என்ன தேவை என்கிற தெளிவு

அது ஒரு கண்காட்சி. உள்ள ஏகப்பட்ட கடைகள், அரங்குகள். டிக்கெட் வாங்கிக்கொண்டு உள்ளே போகும் பலரும் சுற்றிச் சுற்றி வருகிறார்கள். பலவற்றையும் பார்க்கிறார்கள். சாப்பிடுகிறார்கள். நேரம் முடிந்ததும் திரும்பிப் போகிறார்கள். அன்றைக்கு வாங்கிய டிக்கெட்டிற்கான நேரம் முடிந்துவிட்டது. மீண்டும் அதே கண்காட்சிக்குப் போக வேண்டுமென்றால், அடுத்த நாள்தான் போகலாம். அதற்கு இன்னொரு டிக்கெட் வாங்கியாக வேண்டும்.

இது வேறு இடம். ஒரு நட்சத்திர ஹோட்டல். நீச்சல் குளத்தருகில், புஃபே நடைபெறுகிறது. பல வகையான உணவுப் பொருள்கள் அழகாக, வரிசையாக அடுக்கி வைக்கப்பட்டிருக்கின்றன. மெல்லியதாக ஆவி பறக்கும், பல நிறங்களில் இருக்கும், விதவித மான உணவுகள் பார்ப்பதற்கே அழகாக உள்ளன. வாசனை மூக்கைத் துளைக்கிறது. புஃபேயில் கலந்துகொண்டு சாப்பிட ஒருவருக்கு 450 ரூபாய்.

பலரும் அங்கே சாப்பிடப் போகிறார்கள். வரிசையில் நின்று இளம் சூடாக இருக்கும் பீங்கான் தட்டை எடுத்துக்கொள்கிறார் கள், கூடவே நாப்கினையும். ஒவ்வொரு கவுண்டராக நகர்கிறார்கள். எவ்வளவோ வகை வகையான பதார்த்தங்கள். காய்கறிகள், பழங்கள், கறி, மீன், சாதம், புலவு, சாலட், ஐஸ்கிரீம்கள். அந்த நேரம், என்ன சாப்பிட வேண்டும் என்று நினைக்கிறார்களோ அத்தனையையும் அவர்கள் சாப்பிடலாம்.

பு$ஃ$பே மூடப்படும் நேரம்வரை அவர்கள் அங்கே இருக்கலாம். சாப்பிடலாம். மறுநாள் அதே சாப்பிடுமிடத்திற்கு அவர்கள் நுழைய வேண்டுமென்றால், இன்னொரு டிக்கெட், 450 ரூபாய்க்கு வாங்க வேண்டும்.

●

ஒருவர் ஒரு நூலகத்திற்குப் போகிறார். நூலகத்தில் ஐம்பதாயிரத்துக்கும் அதிகமான புத்தகங்கள் இருக்கின்றன. அவரிடம் இருப்பது ஒரு கார்டு. அந்த கார்டைப் பயன்படுத்தி அவர், ஏதாவது ஒரு புத்தகத்தினை எடுத்துப் போகலாம். அதைத் திருப்பிக் கொடுத்து விட்டுத் தான் இன்னொரு புத்தகத்தினை எடுக்கலாம். ஒரு நேரத்தில் ஒரு புத்தகம்தான் எடுக்க முடியும்.

●

பெரிய விழா அது. அங்கே பல முக்கியப் பிரமுகர்கள் வந்திருக்கிறார்கள். விழா முடிகிறது. மேடையில் இருப்பவர்கள் எழுகிறார்கள். பார்வையாளராக வந்திருந்த ஒருவர், மேடை நோக்கி, வேகமாகப்போய், அவர்களில் யாருடனும் அறிமுகப் படுத்திக் கொள்ளலாம், பாராட்டலாம், கொஞ்சம் பேசலாம். விழா முடிந்து விட்ட காரணத்தினால், சில நிமிடங்களில் பிரமுகர்கள் கிளம்பிப்போய் விடுவார்கள். அதனால் அந்த நபரால், எல்லாப் பிரமுகர்களுடனும் நினைத்த அளவு பேச முடியாது. யாரோ ஒருவருடன் அல்லது இருவருடன்தான் பேச முடியும். அதுவும் அளவாக.

இந்த நான்கு உதாரணங்களுக்கும் ஒரு பொதுத்தன்மை உண்டு. அது அங்கேயெல்லாம் போனவர்களுக்கு எவ்வளவோ செய்ய வாய்ப்பிருக்கிறது. சிலர் எல்லாவற்றையும் செய்கிறார்கள். வேறு சிலர் தேர்வு செய்த சிலவற்றை மட்டும் செய்கிறார்கள்.

சிலர் கண்காட்சிக்குப்போய், இருக்கும் எல்லா ஸ்டால்களையும் மேலோட்டமாக ஒரு பார்வை பார்ப்பவர்கள், எதையும் குறிப்பாக, ஆழமாகப் பார்க்க மாட்டார்கள். அவர்களும் கண்காட்சிக்கு வந்தார்கள். போனார்கள். அவ்வளவுதான். வேறு சிலர் இருக்கிறார்கள். உள்ளேபோய் தங்களுக்குச் சுவாரசிய மானதை, தேவையானதை, தேடி, ஆழ்ந்து பார்ப்பார்கள். ரசிப்பார்கள். போனதும் அந்த இடத்துக்கு நேராகப்போய், அங்கேயே அதிக நேரம் செலவிடுவார்கள். எல்லாவற்றையும் பார்த்துவிட முயல மாட்டார்கள்.

புஃபே போனாலும் அப்படித்தான். சிலர் அங்கே பரப்பி வைக்கப் பட்டிருக்கும் அத்தனையிலும் கொஞ்சம் கொஞ்சம் எடுப்பார்கள். அவர்கள் தட்டு முழுக்க பல பொருள்கள் நிறைந்திருக்கும். ஒன்றோடு ஒன்று கலந்து, எது என்ன என்று புரியாத அளவு சேர்ந்திருக்கும். வேறு சிலர் தங்களுக்குத் தேவையானதை மட்டுமே எடுப்பார்கள். நூலகத்திலும் எடுக்கக் கூடியவைகளும் நபருக்கு நபர் மாறுபடும். விழா முடிந்து நகரும் பிரமுகர்களில் அனைவரையுமே சந்திக்க முயல்பவர்களும உண்டு. அல்லது அவர்கள் முன்பே முடிவு செய்து வைத்திருந்த, சந்திக்க நினைக்கும் ஓரிருவரை மட்டுமே சந்திப்பவர்களும் இருக்கிறார்கள்.

●

தேர்ந்து செய்வது. எல்லாம் இருக்கும்தான். அதற்காக நாம் ஏன் எல்லாவற்றையும் பார்த்துக்கொண்டு, எல்லாவற்றிலும் கொஞ்சம் கொஞ்சம் சாப்பிட்டுக்கொண்டு, எல்லாப் புத்தகங்களையும் எடுத்து, எதையும் முழுமையாகப் பார்க்காமல்... எல்லோரிடமும் பேச நினைத்து எவரிடமும் முழுமையாகப் பேச முடியாமல்... தேவையா?

நாம் செய்ய வேண்டியது அகல உழுவதா? இல்லை ஆழ உழுவதா?

●

வாழ்க்கையும் கண்காட்சி போன்றுதான். நிறைய ஸ்டால்கள் உண்டு. வாழ்க்கை கண்காட்சிக்கும் நேரக் கட்டுப்பாடு உண்டு. குறிப்பிட்ட காலத்திற்குள் பலதையும் முடித்தாக வேண்டும். எதைச் செய்வது? எதை விடுவது? என்ற தெளிவான பார்வை இருப்பவர்கள் முன்னேறுகிறார்கள். ஒருவர் எல்லாவற்றையுமே செய்ய முடியாது.

பில்கேட்ஸ் போல கம்ப்யூட்டர் கம்பெனி ஆரம்பித்து, உலகில் மிகப் பெரிய பணக்காரர் ஆவது, மேடா பட்கர் போல சமுதாயப் பணி செய்வது, அன்னை தெரசா போல ஏழைக்கு உதவுவது, அருந்ததி ராய் போல ஆவது, அப்துல் கலாம் அவர்கள் போல விஞ்ஞானக் கண்டுபிடிப்புகள் செய்வது, இன்னும் வாழ்க்கையை, ஒரு சிலரைப் போல ஆற அமர ரசிப்பது... என வாழ்க்கையில் செய்யக்கூடியவை எத்தனையோ இருக்கின்றன.

நமக்கு வேண்டியது எது? எதைச் செய்ய வேண்டும்? எதைச் செய்து கொண்டிருக்க வேண்டாம்? எதில் இருந்து ஒதுங்குவது நல்லது? புஃபே சாப்பாட்டு கவுண்டரில் என்னென்னவோ இருக்கத்தான் செய்யும். அதனால் என்ன? இருப்பது எல்லா வற்றையும் சாப்பிட முடியாதே. நம் வயிறு கொள்ளாதே! வயிற்றில் உள்ள இடத்திற்கு அளவுண்டே! அந்தச் சின்ன இடத்திற்குள் நமக்குத் தேவையானதை மட்டும் சாப்பிட வேண்டும், தேர்ந்து.

●

நம் அனைவருக்குமே தினம் தினம், எண்பத்து ஆறாயிரத்தைந் நூறு வினாடிகளில் அல்லது 1440 நிமிடங்கள் அல்லது 24 மணி நேரங்கள் கிடைக்கின்றன. வாரம் ஏழு நாட்கள்தான். மாதத்துக்கு முப்பது, வருடத்துக்கு 365 நாட்கள்தான். அது ரிலையன்ஸ் நிறுவன அதிபர் முகேஷ் அம்பானியோ அல்லது பாரதப் பிரதமரோ அல்லது ராணுவத் தளபதியோ அல்லது பள்ளி மாணவரோ, யாராக இருந்தாலும் வித்தியாசம் கிடையாது.

அதை எப்படிப் பயன்படுத்துகிறோம்? அதை எதில் செலவு செய்கிறோம்? நமக்கு வேண்டியது என்ன? அல்லது ஏதாவது ஒன்றிலா? நாம் தேர்ந்தது இதைத்தான். இன்று செய்யப் போகிறோம் என்று தேர்ந்துதான் செய்கிறோமா? அல்லது ஏனோதானோ என்று எதையோ ஒன்றைச் செய்துகொண்டிருக்கிறோமா? நம் ரியாக்டிவ் (Reactive) நபரா? அல்லது புரோ ஆக்டிவ் (Proactive) மனிதரா?

●

கையில் பத்தாயிரம் ரூபாய் பணம் இருக்கிறது. எதில் முதலீடு செய்யலாம்? எந்த முதலீடு அதிக வருமானம் தரும் என்று பார்ப்போமல்லவா? வங்கியில் போடலாமா? அல்லது தேசிய சேமிப்புப் பத்திரமா? அல்லது பரஸ்பர நிதியா, நிலமா, தங்கமா, பங்குகளா? வியாபாரத்திலா? எதில் முதலீடு செய்தால் அதிக வருமானம் கிடைக்கும் என்பதைப் பார்த்துத் தெரிந்து, அதன்பின் தான் முதலீடு செய்வோம்.

பணத்திற்கு மதிப்பு உண்டு. அதற்குக் கூடுதலாக சம்பாதித்துக் கொடுக்கும் திறனுண்டு. அப்படிப்பட்ட பணத்தினை வீணடிக்க முடியாது. மாட்டோம். அதை அதிகபட்ச அளவு பயன்படுத்த முயல்வோம். இது இயற்கை, நியாயம், நிச்சயம் செய்ய வேண்டும். காரணம் தெரிந்ததுதான்.

பணம் அளவானது அது பத்தாயிரமோ, பத்து லட்சமோ, பத்து கோடியோ, கடல் போல எவருக்கும் அள்ளி விடப்படவில்லை பணம். இருப்பது, கிடைப்பது இவ்வளவு என்றிருக்க அதற்கு மதிப்பிருப்பது உணரப்படுகிறது. அந்தப் பணம் பலன் தரும் வகையில் பயன்படுத்தப்பட வேண்டும் என்கிற எச்சரிக்கை உணர்வு இருக்கிறது.

ஐந்து ஏக்கர் நிலம் இருக்கிறது. என்ன செய்யலாம்? எதைப் பயிரிட்டால் அதிக பலன் தருமோ, அதைச் செய்யலாம். வாங்கிப் போட்ட இடமிருக்கிறது. எதற்கு? கட்டடம் கட்டி விட்டால் அதிகப் பலன் கிடைக்கும்? பத்து பேர் வேலைக்கு வைத்திருக் கிறோம். என்ன வேலை செய்ய வைத்தால் அதிகபட்ச பலன் கிடைக்குமோ, அதில் ஈடுபட வைப்பதுதானே நடைமுறை.

அளவோடு வழங்கப்பட்டிருக்கும் நேரமும் பணத்தினைப்போல, நிலத்தினைப்போல, யந்திரங்களைப்போல ஒரு அளவுள்ள வளமேதான் (ரிசோர்ஸ் - Resource) Capcity to give is limited. Capacity to receive is unlimited என்பார்கள். எதைக் கொடுப்பதற்கும் அளவுண்டு. ஆனால், எதைப் பெறுவதற்கும்...! அளவில்லை. நமக்குக் கிடைக்கும் நேரம் அளவுள்ளது. நேரத்தினைக்கொண்டு, நமக்குத் தேவையான அதிகபட்ச பலன்களைப் பெறவேண்டும்.

அதற்கு முதல் தேவை, நமக்கு என்ன தேவை என்ற 'விஷ் லிஸ்ட்' (Wish List).

வாழ்க்கையில் நான் என்ன சாதிக்க, அடைய விரும்புகிறேன்? எதைத் தக்க வைத்துக்கொள்ள, எதை இழக்காமல் இருக்க விரும்புகிறேன்?

ஸ்டீபன் கோவே சொல்வதுபோல, Start with the end in mind. அடைய நினைக்கும் முடிவில் இருக்கிறது, எங்கே தொடங்கி எப்படிப் போக வேண்டுமென்பது.

ஆக, முன்னேற்றம் அடைய முதல் தேவை, நமக்கு என்ன தேவை என்ற தெளிவு. முடிந்தால் ஒரு வெள்ளைத் தாள் எடுத்து அதில் வரிசையாக எழுதலாம்.

- அடைய நினைப்பது.
- தக்க வைத்துக்கொள்ள நினைப்பது.
- இழக்காமல் இருக்க நினைப்பது, என்னென்ன என்று.

அதுதான் முன்னேற்றத்தின் முதல் படி.

7. ஒன்றா பலவா?
விருப்பங்கள் எத்தனை?

ஏகப்பட்ட செயல்பாடுகள். எல்லாவற்றிலும் ஈடுபடுவது. இது ஒரு பிரச்னை. இதிலிருந்து விடுபட வேண்டும். சரி. ஆனால், இது மட்டும்தான் பிரச்னையா? முன்னேற்றம் அடைவதில் வேறு விதமான பிரச்னைகள் இல்லையா?

ஏனில்லாமல்? இருக்கிறது! 'பரவலான செயல்பாடுகள்' என்பதற்கு நேர் எதிரானதொரு பிரச்னை! வாழ்க்கையில், ஏதோ ஒன்றே ஒன்றுதான் முக்கியம் என்று அதன் பின்னாலேயே ஓடுவது. சோர்வு, அயர்வு ஏற்படும்வரை, விடாமல், அந்த ஏதோ ஒன்றின் பின்னாலேயே ஓடுவது. வாழ்க்கை முழுக்கவுமே அதையே துரத்துவது. இப்படி இருப்பதுகூட பிரச்னைதான்.

சிலர் இருக்கிறார்கள். அவர்களுக்கு, எந்நேரமும், தங்களது வியாபாரம் பற்றிய சிந்தனைதான். எப்பொழுதும் எதிலும் அதே யோசனைதான். வியாபாரம், வியாபாரம், வியாபாரம்.

வேறு சிலருக்குக் கேளிக்கைகளில் ஈடுபாடு. இன்னும் சிலருக்கு குடும்பமும் அவர்களின் நல்வாழ்வும் அல்லது கலை அல்லது விளையாட்டு. இப்படி ஏதேனும் ஒன்றின்மீது வலுவான பிடிப்பு.

அப்படியிருப்பதில் தவறில்லை. அதில் மட்டுமே பிடிப்பு, கவனம் இருப்பதுதான் தவறு. வேறு ஒன்றுமே உலகத்தில்

இல்லாதது போல, அதே குறி, அதே நினைப்பாக இருப்பது. அதற்கே அத்தனை முக்கியத்துவமும், நேர ஒதுக்குதலும் பண ஒதுக்குதலும் செய்வது. இதுவும் பிரச்னைதான்.

என்ன இது? வலம் போனாலும் தப்பு, இடம் போனாலும் தப்பா?

ஆமாம். போனால் இடது ஓரம் அல்லது வலது ஓரமேவா? ஏன் ஏதாவது ஒரு பக்கமாகச் சாய வேண்டும்? ஏன் அவ்வளவு ஓரம் போக வேண்டும்? இப்படிச் செய்ய வேண்டாம் என்றால், அதற்கு முற்றிலும் நேர் எதிராகச் செய்தும் சரியில்லைதான், இந்த விஷயத்தில்.

●

திருச்சியில் ஒரு நண்பர் இருக்கிறார். பெயர் பாலகிருஷ்ணன். ஒரு நிறுவனத்தில் வேலை செய்கிறார். பங்குச் சந்தையில் ஆர்வம் உள்ளவர். நன்றாகவே முதலீடு செய்து கணிசமாகப் பணம் பார்ப்பவர். இது நடந்தது 1990களில். பங்குச் சந்தை தொடர்ந்து ஏறியது. அதன்பின் எவரும் எதிர்பாராதபொழுது, திடீரெனத் தெரிய வந்த ஊழல் காரணமாக, திடீரென சரிந்தது. வீழ்ந்தது. விழுந்த விலைகள் மீண்டும் எழ, ஆண்டுகள் பல பிடித்தன.

ஏற்கெனவே பங்குகளில் முதலீடு செய்துகொண்டிருந்தவர்கள், புதியதாக அதிகம் விபரம் தெரியாமலேயே பங்குச் சந்தையில் நுழைந்தவர்கள் என்ற பாகுபாடின்றி, பலருக்கும் 'சரியான அடி' விழுந்தது. வாங்கிய பங்குகளின் விலைகள் பாதாளத்திற்கு வீழ்ந்து, உடனடியாக விற்க முடியாத நிலை ஏற்பட்டது. எப்பொழுது முதலீடு செய்தாலும் கொழுத்த உடனடி தொடர் லாபம் கிடைத்ததால் பெற்றிருந்த நம்பிக்கையால் பலரும் கடன் வாங்கிக்கூட பங்குச் சந்தையில் பங்குகள் வாங்கியிருந்தார்கள்.

அது உடைந்தது. பங்குகளை விற்க முடியவில்லை. ஆனால், வாங்கிய கடனைக் கட்டியாக வேண்டும். அப்படி மாட்டிக் கொண்டவர்கள் நிலைமை படுமோசமானது.

போட்ட பணத்தைத் தொலைத்துவிட்டு, கடனுக்கு வட்டியும் அசலும் கட்ட முடியாமல், அப்படிப் பலரும் திணறித் திண்டாடிக் கொண்டிருக்க, பாலகிருஷ்ணன் அவ்வளவு பதட்டப்பட

வில்லை. காரணம், அவர் நிலை அவ்வளவு மோசமில்லை. அதெப்படி? காரணம் அவருடைய செயல்பாடுகள்.

●

அவருடைய அணுகுமுறை வித்தியாசமானது. வீடு தனி, வியாபாரம் (பங்குச் சந்தை) தனி. ஒன்றுக்கு ஒன்று தொடர்பில்லை. வேலை செய்வதில் இருந்து வரும் அவருடைய மாதச் சம்பளம் முழுக்க வீட்டுக்குத்தான். அப்படியே தன் மனைவியிடம் கொடுத்துவிடுவார். வீட்டுக்குக் கொடுக்க வேண்டிய பணத்தில் இருந்து எவ்வளவு அவசரமானாலும், ஒரு ரூபாய்கூட எடுத்து வியாபாரத்தில் போட மாட்டார். எப்படிப்பட்ட நிச்சயமான பெரிய வாய்ப்பு வியாபாரத்தில் வந்தாலும், 'இப்படி எடுத்து, அப்படிப் போட்டு, ஒரு புரட்டு புரட்டி, நல்ல பணம் பண்ணிவிடலாம்' என்கிற மாதிரியும் யோசிக்கவே மாட்டார். எப்போதும் அவரிடம் இந்த 'டிசிப்ளின்,' - ஒரு ஒழுங்கு இருந்தது.

ஒழுங்கு அங்கே மட்டுமில்லை. செய்யும் பங்கு வியாபாரத்திலும் அதே போன்ற ஒரு கட்டுப்பாடு வைத்திருந்தார். அது, தனது சொந்தப் பணத்தில் மட்டுமே ஷேர் வியாபாரம் செய்வது என்கிற அணுகுமுறை. எவ்வளவு நிச்சய வாய்ப்பு வந்தாலும் கடன் வாங்கிச் செய்வதில்லை என்ற முடிவு அவருடையது. இதனால் அவர் சில நல்ல வாய்ப்புகளை இழந்தார். ஆனால், அவர் தொடர்ந்து இந்த அணுகுமுறையையே கடைப்பிடித்ததால், திடீரென பங்குச் சந்தையில் ஏற்பட்ட சரிவு அவரைத் தாங்கக்கூடிய அளவு மட்டுமே பாதித்தது.

பங்குச் சந்தையில் பணம் செய்ய ஆசைப்பட்டு, வீட்டுச் செலவுப் பணம், கடன் வாங்கிப் பணம் என்று அகலக் கால் வைத்திருந்தால், அவரும் மற்றவர்களைப்போல மாட்டியிருப்பார். கடனும் வட்டியும் கழுத்தை இறுக்கியிருக்கும். மூச்சுத் திணறிப் போயிருக்கும். பிரச்னை அவருடைய குடும்பத்தினையும் பாதித்திருக்கும்.

பாலகிருஷ்ணன் வீட்டுக்குத் தனித் திட்டம்போல, பங்குச் சந்தைக்குத் தனித் திட்டம்போல, தன்னுடைய மகனுக்கும் மகளுக்கும்கூட தனித் திட்டங்கள் வைத்திருந்தார். அவர்களின் படிப்புக்கு என்று திட்டம், அதற்கான பணத்திற்கான தனி சேமிப்பு முதலியன. வேறு எதிலும் எதிர்பாராத சிரமம் ஏற்பட்டாலும், இந்தத் திட்டங்களுக்கு பாதிப்பு வராத வழி

செய்திருந்தார். முன்யோசனை. அதைக் கடைப்பிடிக்கும் ஒழுங்கு.

அதேபோல அவருக்கு எழுத்து ஆர்வமும் உண்டு. சிறுகதைகள் எழுதுவார். அதற்கென்றும் நேரம் ஒதுக்குவார். வேலை, குடும்பம், கூடுதல் வியாபாரம், பிள்ளைகள் எதிர்காலம், தன் சுய வெளிப்பாடு, திருப்தி என்று அவரிடம் ஒரு சில முக்கியங்கள் உண்டு. அவற்றுக்கு என்று தனித்தனி பட்ஜெட் உண்டு. நேரம், பணம் இரண்டையும் இந்தச் சிலவற்றுக்குப் பகிர்ந்து அளிப்பார். சரிசமமாக இல்லை. முக்கியத்துவங்கள் மாறுபடும். அதனால் ஒதுக்கீடு அளவுகளும் மாறுபடும்.

பாலகிருஷ்ணன் இன்று நல்ல நிலையில் இருக்கிறார். அவருடைய பிள்ளைகள் நன்கு படித்து பெரிய வேலைகளில் இருக்கின்றனர். அவருடைய குடும்ப உறவு, நிலைமை சிறப்பாக இருக்கிறது. அவர் நினைத்த அளவு எழுதியும் வருகிறார்.

அதே நிறுவனத்தில் பணி புரிந்த இன்னும் சிலரையும் கவனித்திருக்கிறேன். எதிலும் கவனமில்லாதவர்கள் அல்லது ஒன்றே ஒன்றில் குறியாக இருந்தவர்கள். எதிலும் கவனமில்லாதவர் கள் பற்றிப் பேசிப் பலனில்லை. அவர்கள் கதை தெரிந்ததுதான். ஏதோ ஒன்றில் மட்டும் குறியாக இருந்தவர்கள், தாங்கள் குறியாக இருந்ததில் முதலில் சில சாதனைகள் செய்தார்கள்தான். ஆனால், அது நிலைக்கவில்லை. காரணம், அவர்கள் தவற விட்ட மற்ற முக்கிய பரிமாணங்கள்.

●

நிறுவனங்களில் பணி புரிபவர்களுக்குத் தெரியும். அங்கே மனித வளத் துறையினர் சொல்லுவார்கள். 'ஒர்க்-லைஃப் பேலன்ஸ்' (Work Life Balance) என்பது பற்றி. வேலை, வாழ்க்கை, சமன்பாடு என்று தமிழில் சொல்லலாம். 'வெறும் வேலை, வேலை என்று இருந்துவிடாதே. அதுவல்ல வாழ்க்கை. அது மட்டுமேயல்ல வாழ்க்கை. அதேபோல வாழ்க்கை வாழ, வாழத்தான் என்று முழுவதும் அனுபவிப்பதிலேயே போய் விடாதே. அது மட்டுமே வாழ்க்கை இல்லை' என்னும் பொருள் பட அறிவுறுத்துவார்கள்.

நாம் என்கிற அடையாளம் காட்டுகிற செயல்பாடுகள். நமது வாழ்க்கை வசதிகளுக்குப் பொருளீட்டுச் செயல்பாடுகள். நம் குடும்பம், குழந்தைகளின் முன்னேற்றத்திற்கான செயல்பாடு

கள். நமது திருப்திக்கான செயல்பாடுகள். நமது கடமைகள், பொறுப்புகளை முடிப்பதற்கான செயல்பாடுகள். இப்படி ஒன்றல்ல. சில முக்கியப் பகுதிகள் உள்ளன. நமது வாழ்க்கையில் இவை அனைத்துமே முக்கியம். அப்பொழுதுதான் வாழ்க்கை முழு திருப்தியாக, பூரணமாக அமையும். நிறைவாழ்வுதான் முன்னேற்றம். வியாபாரத்தில் வெற்றி, குடும்ப வாழ்க்கையில் தோல்வி என்பதோ, தேர்வு செய்த துறையில் பெரும் சாதனை, ஆனால், மற்ற எல்லாம் பூஜ்ஜியம் என்றால் எப்படி?

●

பாலகிருஷ்ணன் எப்படியாகிலும் பங்குச் சந்தையில் பெரும் லாபம் செய்துவிட வேண்டும் என்ற ஒரே குறிக்கோளுடன் இருந்திருந்தால், பங்குச் சந்தையின் திடீர் சரிவு அவரைப் பள்ளத்தில் தள்ளி இருக்கும். அது நேரம். அதுவரை அவர் கவனம் செலுத்தியிராத அவரது குடும்பம் பிள்ளைகளும் இந்தப் பிரச்னையினால் பாதிக்கப்பட்டிருப்பார்கள். நல்ல படிப்பு படிக்க வைத்திருக்க முடியாது. கடன் தொல்லையால் வீட்டில் பிரச்னை, மன நிம்மதி இழப்பு என்று எதிலும் கொண்டுபோய் சேர்த்திருக்கலாம்.

பாலகிருஷ்ணனும் அவர் இறங்கிய பங்குச் சந்தையும் உதாரணங்கள்தான். இப்படி எதில் வேண்டுமானாலும், ஒற்றைக் குறிக்கோளுடன் இறங்குவது ஆபத்தானது. ==ஆக, ஒருவரின் வாழ்க்கை, 'விஷ் லிஸ்ட்' என்பது, மூன்று முதல் ஐந்து வரையிலான முக்கிய சில பகுதிகளில் நாம் அடைய நினைப்பன பற்றி இருத்தல் நலம். காரணம் எவருக்குமே வாழ்க்கையில் ஒன்றுக்கும் மேற்பட்ட பொறுப்புகள், வேலைகள் (Roles) உண்டு.

பாலகிருஷ்ணனைப் பொறுத்தவரை, அவர் ஒரு,

- ஊழியர்
- கணவர்
- தந்தை
- மகன்
- எழுத்தாளர்

இப்படியாக ஒரே நேரத்தில் பல பொறுப்புகளை வகிப்பவர். இந்த ஒவ்வொரு பொறுப்பிலும், அவர் சாதிக்க வேண்டியது,

செய்து முடிக்க வேண்டியது பல இருக்கும். ஆகையால் அவருடைய வாழ்க்கை 'விஷ் லிஸ்ட்' என்பது ஒரே ஒரு குறிக்கோளுடன் முடிந்துவிடாது. அவருடைய தேவைப் பட்டியல் இப்படியிருந்தது.

- வேலை செய்யுமிடத்தில் வளர்ச்சி அடைவது.

- குடும்ப நலம் காப்பது.

- தன் சுய அடையாளம் பதிய வைப்பது.

பட்டியல் இப்படித்தான் இருக்கவேண்டும் என்பதில்லை. மற்றவர்களின் பட்டியல்களில் இருக்கக்கூடிய தேவைகள் முற்றிலும் வேறாக இருக்கலாம். அவற்றைவிட எண்ணிக்கை யில் கூடுதலாகவோ குறைவாகவோ இருக்கலாம். முன்னுரிமை மற்றும் முக்கியத்துவம் காரணமாக, அவற்றின் வரிசை மாறலாம்.

வாழ்க்கையில் ஒருவர் இருக்கும் நிலை, அவரது வயது, சூழ்நிலைகள் பொறுத்து அவரது தேவைகள் மாறும்.

உதாரணமாக நாம் பார்க்கும் பாலகிருஷ்ணன் மத்தியதர குடும்பத்தினைச் சேர்ந்தவர். அவர் ஒரு தொழிற்சாலையில் மேற்பார்வையாளராக இருப்பவர். அவர் படித்திருப்பது ஒரு பகுதி நேர டிப்ளமா. அவரது ஆசை, லட்சியம், ரிஸ்க் எடுக்கும் தன்மை, அவரிடம் அவரது குடும்பம் எதிர்பார்க்கும் உதவிகள், அவருக்கு இருக்கும் வாய்ப்புகள் முதலியவற்றைப் பொறுத்து அவரது பட்டியல் அமைந்திருக்கிறது.

மொத்தத்தில், முன்னேற்றத்துக்கு முதல் தேவை, ஒரு சரியான பட்டியல். அதில் நன்கு ஆராய்ந்து எழுதப்பட்ட தேவைகள். அவ்வளவுதான்.

சரி, பட்டியல் தயார் என்றே வைத்துக்கொள்வோம். அடுத்து பார்க்க வேண்டியது, அதைச் செயல்படுத்துவது எப்படி?

● வாழ்க்கையில் நம் எல்லோருக்குமே ஒன்றுக்கும் மேற்பட்ட பொறுப்புகள் இருக்கின்றன.

8. சின்னச் சின்னச் செங்கற்களால் ஆனதுதான் பெரிய கட்டடம்

முன்னேற வேண்டுமா? சரியான தேவைப்பட்டியல் தயாரித்து, அதனைச் செயல்படுத்த வேண்டும். இதில் ஆண், பெண், வேலைக்குப் போகிறவர், சொந்தத் தொழில் செய்கிறவர் என்றெல்லாம் வித்தியாசங்கள் கிடையாது. எல்லோருக்கும் இதேமுறைதான்.

இங்கே குறிப்பிட்ட முறையாக (Process-ல்) செய்யவேண்டும் என்பதுதான் முக்கியம். சொல்லப் போனால், வயது ஆகிவிட்டது என்கிற பிரச்னைகூட கிடையாது. எப்பொழுதும் தொடங்கலாம்.

அதேபோல, இங்கே சொல்லப்படுவது ஒருவருடைய உதாரணம் தான். உதாரணத்துக்காக எடுத்துக்கொள்ளப்பட்ட ஒரு குறிப்பிட்ட நபரின் 'தேவைகள்' என்ன என்று பார்த்திருக்கிறோம். அதனை அடையும் வழிகள்.

மற்றவர்கள், அவர்களின் தனித்துவமான (Individual) தேவைப் பட்டியல்களை அவர்களே தயாரித்துக்கொள்ள வேண்டும்.

சரி, முன்னேற்றத்துக்கு முதல் தேவையான, சரியான தேவை களின் பட்டியல் தயார்.

அடுத்தது என்ன?

தேவைகளை முடிவு செய்துவிட்டால் போதுமா? அவற்றை அடைய என்ன செய்ய வேண்டும்?

வேலை செய்யுமிடத்தில் வளர்ச்சி, குடும்ப நலம், தன் அடையாளம் பதிய வைத்தல் என்ற மூன்று தேவைகளுமே, பாலகிருஷ்ணன், எதை அடைய வேண்டும் என்று காட்டுகிறதே தவிர, அவர் தினம் தினம் எதைச் செய்ய வேண்டும் என்று சொல்லவில்லை. அவர் என்ன செயல்பாடுகளில் ஈடுபட வேண்டும்? எவற்றைச் செய்ய வேண்டாம் என்பதையெல்லாம் வரையறுக்கவில்லை.

என்ன செய்ய வேண்டும்?

உடைக்க வேண்டும்! அந்தப் பெரிய தேவையை, தினசரி செய்யக் கூடிய சிறு சிறு வேலைகளாகப் பிரித்துக்கொள்ள வேண்டும். அதுதான் 'தேவையை உடைப்பது' என்பது. (Breaking into double small parts) ஒரு நல்ல காரியத்திற்காக, பல லட்ச ரூபாய் சேகரிக்க முடிவு செய்தார்கள். 'லட்ச ரூபாயா!' என்று மலைப்பு இருக்கத்தான் செய்தது. குழுவின் தலைவர் சொன்னார். மொத்தம் லட்சம் என்பது இருக்கட்டும். நாம், 'மொத்தம் 50 உறுப்பினர்கள் இருக்கிறோம். ஆளுக்கு 5000 வசூல் செய்து தாருங்கள். போதும்.' மலைப்பு மறந்து போனது. 'அட! வெறும் ஐந்தாயிரம் தானா? செய்துவிடலாமே!'

இதுதான் பெரிய இலக்குகளை வேலைகளைச் செய்யத்தக்க கனவாக உடைப்பது. இதனால் பல அனுகூலங்கள் உண்டு. செய்யக்கூடிய அளவிலான சிறு சிறு வேலைகளாகப் பிரித்துக் கொண்டால், செய்பவருக்கு வேலை புரியும். வேலை சீக்கிரம் முடியும்.

இப்பொழுது பாலகிருஷ்ணனின் தேவைகளைச் சிறு பகுதிகளாக உடைப்போம்.

முதலாவதாக, வேலை செய்யுமிடத்தில் வளர்ச்சி என்கிற தேவையை எடுத்துக்கொள்ளலாம். ஆமாம். எப்படி உடைப்பது என்பதைச் செய்தே பார்க்க இருக்கிறோம்.

உடைப்பதற்கு முன்பாக தேவையைச் சரியாகப் புரிந்துகொள்ள வேண்டும்.

வளர்ச்சி என்பதை பாலகிருஷ்ணன் எப்படிப் பார்க்கிறார்? அவர் தற்சமயம் ஒரு மேற்பார்வையாளர். அவரைப் பொறுத்தவரை,

வளர்ச்சி என்பது உற்பத்திக் கூடத்தின் மேலாளர் ஆவது. இன்னும் சிலவற்றையும்கூட அவர் வேலையிடத்தில் பெறவேண்டிய வளர்ச்சியாகக் கருதலாம். ஆனால், நாம் தற்சமயம் விரிவாகப் பார்ப்பதற்கு அந்த ஒன்றை மட்டும் எடுத்துக்கொள்வோம்.

பாலகிருஷ்ணன் உற்பத்திக்கூட மேலாளர் ஆகவேண்டும்.

ஏன்? அவரால் ஆக முடியாதா என்ன?

முடியும். அவர் சிலவற்றைச் செய்து முடித்தால் அவர் நிச்சயம் மேலாளர் ஆகிவிடலாம்.

'உற்பத்திக் கூடத்தின் மேலாளர் ஆவது' என்று இலக்கினை பாலகிருஷ்ணன் எப்படி அடைய முடியும்? கவனித்திருப்பீர்கள். 'தேவை' என்பது இப்பொழுது 'இலக்கு' ஆகிவிட்டது.

இலக்கு என்றாலே, எது என்கிற தெளிவு இருப்பதுதான். 'வளர்ச்சி' என்கிற பொதுவான சொல், இப்பொழுது, 'உற்பத்திக் கூடத்தின் மேலாளர் ஆவது' என்கிற தெளிவான இலக்காக மாறி விட்டது. அப்படியென்றால், முன்னேற்றத்துக்கான அடுத்த படி ஏறி ஆகி விட்டது என்று பொருள்.

நீங்களும் உங்களின் முதலாவது தேவையினை, அடையக்கூடிய ஒரு தெளிவான இலக்காக இப்பொழுதே மாற்றிவிடலாம். அந்தத் தேவையை அடைய, நிறைவு செய்துகொள்ள, ஒன்றுக்கும் மேற்பட்ட இலக்குகளும் எடுத்துக்கொள்ள வேண்டி வரலாம்.

உதாரணத்திற்கு, வேறு ஒருவருடைய தேவை என்பது, அவருடைய ஊரில் ஒரு மதிக்கப்பட்ட நபராக ஆகி விடுவதாக இருக்கலாம். அப்படி ஒரு தேவை வைத்திருப்பவருக்கு, ஒன்றுக்கும் மேற்பட்ட இலக்குகள் இருக்கும். அத்தனை இலக்குகளையும் அடைந்தால்தான், அவரால் ஊரில் மதிக்கப்படும் ஒரு நபராக ஆக முடியும்.

மீண்டும் பாலகிருஷ்ணன் உதாரணத்திற்கே வருவோம். உற்பத்திக் கூடத்தின் மேலாளர் ஆவது. இந்த இலக்கை அடைவது எப்படி?

இலக்கினை அடைவதற்கு முதலில் செய்யவேண்டியது, தகவல் திரட்டல்.

எந்த இலக்கினை அடைவதற்கும் என்ன செய்யவேண்டும் என்கிற துல்லியமான தகவல்கள் தேவையா, இல்லையா? பாலகிருஷ்ணனும் அவருடைய இலக்கினை அடைய சில தகவல்களைத் திரட்ட வேண்டும்.

தன்னுடைய நிறுவனத்தில் பதவி உயர்வுக்கான வழிமுறைகள் (புரமோஷன் பாலிசி) என்ன? என்னென்ன தகுதிகள் இருப்ப வரை, மேலாளராக அவருடைய நிறுவனத்தில் தேர்வு செய்வார்கள், அமர்த்துவார்கள்?

இவற்றைப்பற்றி முழுமையாக, சந்தேகமின்றி தெரிந்து கொள்ளுதல்தான், தகவல் திரட்டலின் முக்கிய பகுதி.

பாலகிருஷ்ணன் பணியாற்றிய நிறுவனத்தின் வழிமுறைகள் இப்படி இருந்தன. (உதாரணத்திற்கு...)

* மூன்று ஆண்டு காலம் உதவி மேலாளர்களாகப் பணியாற்றுபவர்களில் இருந்து நிறுவனம் திறமையானவர் என்று நினைக்கும் ஒருவரை உற்பத்திக்கூட மேலாளராக நியமிக்கும்.

* உதவி மேலாளர் ஆவதற்கு சீனியர் எஞ்சினியர் ஆக மூன்று ஆண்டுகள் பணியாற்ற வேண்டும்.

* சீனியர் எஞ்சினியர் ஆவதற்கு, எஞ்சினியராக மூன்று ஆண்டுகள் பணியாற்றி இருக்க வேண்டும்.

எஞ்சினியர் ஆவதற்கு

* டிப்ளமா படிப்பு படித்தவர்கள் குறைந்தது 15 வருடங்கள், மேற்பார்வையாளராக இருந்திருக்க வேண்டும்.

* அல்லது எஞ்சினியரிங் பட்டப் படிப்பு முடித்தவர்களாக இருந்தால், ஐந்து வருடங்கள் மேற்பார்வையாளராக பணியாற்றி இருக்க வேண்டும்.

* தவிர, நிறுவனம் நடத்தும் எஞ்சினியர் டிரெயினி (Engineer Trainee) எழுத்துத் தேர்வில் 'பாஸ்' ஆக வேண்டும்.

* அதன் பின் நடத்தப்படும் நேர்முகத் தேர்வில், தேர்வுக் குழுவினரால் பரிந்துரைக்கப்பட வேண்டும்.

* நிறுவனத்தில் தவறுகள் ஏதும் செய்யாதவராக, அதற்காக தண்டிக்கப்படாதவராக இருக்க வேண்டும்.

* மேற்பார்வையாளராகப் பணியாற்றும் வருடங்களில், சிறப்புப் பணி செய்ததற்கு அடையாளமான, A கிரேட் குறியீட்டை எல்லா வருடங்களும் பெற்றிருக்க வேண்டும்.

பாலகிருஷ்ணன் திரட்டிவிட்டார். முதல் கட்ட சரியான தகவல். எதுவும் ஊகத்தின் அடிப்படையில் இல்லை. விவரங்கள் அடங்கிய தகவல்.

இந்தத் தகவல்களை வைத்து, அடுத்து அவர் என்ன செய்யப் போகிறார்?

9. தேவை : சரியான தகவல்கள்

*பா*லகிருஷ்ணன் மட்டுமில்லை. அவரைப் போலவே நம் ஒவ்வொருவருக்கும், வாழ்க்கையில் நாம் அடைய நினைக்கும் குறிக்கோள் சில இருக்கும். அப்படிப்பட்ட ஒவ்வொரு குறிக்கோளையும் அடைய பல இலக்குகளை ஏற்படுத்திக் கொள்ள வேண்டியிருக்கும்.

அடுத்த பத்து ஆண்டுகளுக்குள், நகருக்குள் பெரிய ஜவுளிக் கடைக்குச் சொந்தக்காரர் ஆவது என்பது ஒருவருடைய இலக்காக இருக்கலாம் அல்லது பள்ளிப் படிப்பு படிக்கும் மாணவர் ஒருவர், மதிப்பு மிகுந்த கல்லூரி ஒன்றில் குறிப்பிட்ட பாடத் திட்டத்தினை எடுத்துப் படிப்பது என்ற இலக்கினைக் கொண்டிருக்கலாம். அல்லது குறிப்பிட்ட ஆண்டுக்குள் தனது நிறுவனத்திற்கு ஐ.எஸ்.ஐ. 9000 தரச் சான்றிதழ் பெற்றுவிடுவது என்பது ஒரு நிறுவன அதிபரின் இலக்காக இருக்கலாம். கோடி ரூபாய் சேர்ப்பது முதல் கோயில் கும்பாபிஷேகம் செய்து வைப்பதுவரை இலக்கு எதுவாகவும் இருக்கலாம்.

நபருக்கு நபர் மாறுபடும். ஒரே நபருக்கேகூட காலகட்டத்துக்கு ஏற்ப இலக்குகள் மாறலாம். மாறட்டும். முக்கியம் என்ன என்றால், முன்பு பார்த்தது போல, இலக்கினை அடைய, எதை எப்பொழுது எவ்வளவு செய்யவேண்டும் என்று முன்கூட்டியே தெரிந்துகொள்ள வேண்டும் என்பதுதான்.

உதாரணத்திற்கு, ஒரு குறிப்பிட்ட உலகளாவிய இந்திய நிறுவனத்தில் (Indian MNC) வேலைக்குச் சேரத் துடிக்கும் ஒரு

இளைஞனை எடுத்துக் கொள்ளலாம். அவனுடைய இலக்கு அந்தப் பெரிய நிறுவனத்தில் வேலைக்குச் சேருவது. இலக்கு அதுவென்றால், அவன் முதலில் தெரிந்துகொள்ளவேண்டியது, அந்த நிறுவனத்தில் சேர குறைந்தபட்ச தகுதி என்ன என்பதுதான். சொல்லப் போனால், அதுகூட பின்புதான். அதற்கு முன் அந்த நிறுவனத்திற்கு விண்ணப்பிப்பதற்கேகூட ஏதாவது குறைந்த பட்ச தகுதிகள் இருக்கலாம் (இன்போசிஸ் போன்ற சில பெரிய நிறுவனங்களில் கல்லூரி மட்டுமல்ல. பத்தாம் வகுப்பு முதலே விண்ணப்பதாரர்கள் குறிப்பிட்ட சதவிகிதத்திற்கு (60%) மேலாக மதிப்பெண்கள் எடுத்திருக்க வேண்டும் என்று எதிர்பார்க்கிறார் கள். அப்படி எடுத்தவர்களைத்தான், தேர்வு நிறுவன வேலைக்கு எழுதவே அழைக்கிறார்கள்.)

இப்படிப்பட்ட ஒரு மிக முக்கியமான தகவலைத் தெரிந்து கொள்ளாமல் ஒரு மாணவன், ஆசை மட்டும் வைத்துக் கொண்டிருந்தால், கனவு கண்டுகொண்டிருந்தால், அவனால் அவனது இலக்கினை அடைய முடியுமா? தகவல் தெரிய வருகிற பொழுது, அவன் பத்தாவது, +2 மற்றும் கல்லூரிப் படிப்பில் முதல் இரண்டாம் ஆண்டு படிப்புகளை முடித்திருந்தால், அதற்கு முந்தைய வருட மதிப்பெண்களை அதுசமயம் என்ன செய்தாலும் மாற்ற முடியுமா? பின்பு, அவனுடைய கனவு என்ன ஆவது?

மதிப்பெண் மட்டுமல்ல. வயது, எடை, உயரம், கண் பார்வை, சில குறிப்பிட்ட திறன்கள், நேரம் என்று ஒவ்வொன்றுக்கும் எத்தனையோ தகுதிகள் கட்டாயமாக இருக்கின்றன. குறிப்பிட்ட அளவு இருந்தால்தான் நுழையவே முடியும். குறிப்பிட்ட காலத்தில் செய்யப்பட்டிருக்க வேண்டும்.

ஆக, தேவை, தகவல்கள்.

எந்த இலக்கினையும் அடைய, 'எதை, எப்பொழுது, எவ்வளவு, எப்படிச் செய்ய வேண்டும்?' என்கிற தகவல். 'சொல்லக் கேட்டு', 'ஊகம் செய்து', 'கிட்டத்தட்ட' தகவல்கள் அல்ல. சரியான தகவல்கள். (Right Information).

உதாரணமாக நாம் பார்த்துக்கொண்டிருக்கிற பாலகிருஷ்ணனின் ஒரு தேவையை நிறைவு செய்யக்கூடிய ஒரு இலக்கினை அடையத் தேவையான தகவல்களைப் பார்த்தோம்.

அதேபோல ஒவ்வொரு தேவைக்கும் ஒன்றுக்கும் மேற்பட்ட இலக்குகள் தேர்வு செய்யவேண்டும். அதன் பின் ஒவ்வொரு

இலக்குக்கும் தகவல் சேகரிப்பு. இதனையே ஒரு படமாகப் பார்த்தால் சுலபமாக இருக்கும்.

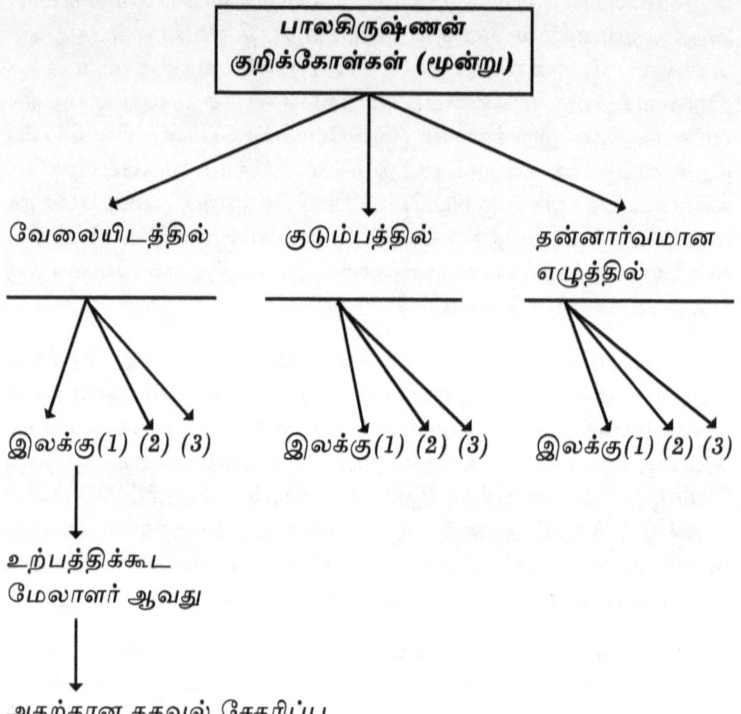

எல்லாத் தேவைகளுக்குமான இலக்குகளைத் தீர்மானித்து விட்டதாகவும், எல்லா இலக்குகளுக்குமான தகவல்களையும் திரட்டி விட்டதாகவும் வைத்துக்கொள்வோம்.

அதற்கும் அடுத்த கட்டம் என்ன?

இப்பொழுது சேகரித்த தகவலை வைத்து இலக்கினை அடைய என்ன செய்ய வேண்டும்?

தற்சமயம் பாலகிருஷ்ணன் மேற்பார்வையாளராக இருக்கிறார். அவர் டிப்ளமா படிப்பு படித்தவர். அதனால், அவருக்கு இருக்கும் இரண்டு வாய்ப்புகளில் ஒன்றினை அவர் தேர்ந்து எடுக்கிறார். அது,

ஐந்தே வருடங்களில் எஞ்சினியர் ஆகி, அதன் பின் ஆறு வருடங்களில் உற்பத்திக் கூட மேலாளர் (Production Manager)

ஆகும் வாய்ப்பு. அதைத் திட்டமிட்டுச் செய்து முடிப்பதற்கு அவர் என்ன செய்ய வேண்டும்?

சரி, அவருடைய அடுத்த கட்ட நடவடிக்கைகள் என்ன?

- பி.இ. டிகிரி படிப்பில் சேருவது (பகுதி, மாலை நேர வகுப்புகளில்), பி.இ. படிப்பை வெற்றிகரமாக முடிப்பது.

- உடன் தன்னுடைய எஞ்சினியர் நேர்முகத் தேர்வுக்காக இப்பொழுதிலிருந்தே தயாரிக்க ஆரம்பிப்பது.

- மேலும் வேலை செய்யும் இடத்தில் எந்தக் கெட்ட பெயரும் இன்றி நடந்து கொள்வது.

அவ்வளவுதான்.

இந்த மூன்றையும் இப்போதைக்கு அவர் செய்ய ஆரம்பித்து ஒழுங்காக முடிக்கவேண்டும். இவற்றைச் சரியாகச் செய்தால் அவர் விரும்பும் அவருடைய முன்னேற்றம் நிச்சயம்.

சரி இந்த மூன்றுக்கும் என்ன பெயர் வைக்கலாம்? இந்த மூன்றும் தானே அவரை, அவருடைய இலக்கு நோக்கி அழைத்துச் செல்கின்றன. அதனால் அவற்றின் பெயர், 'டிரைவர்ஸ்' (Drivers) 'ஓட்டிகள்' என்று வைத்துக்கொள்ளலாம்.

சாதாரண ஓட்டிகளா இவை? வாழ்க்கையின் முக்கிய இலக்கு களை அடைய வைக்க வல்லவை ஆயிற்றே! மிக முக்கியமான காரணிகள். அதனால் இவற்றின் பெயர், வெறும் டிரைவர்ஸ் அல்ல. 'கீ டிரைவர்ஸ்' (Key Drivers). 'கீ டிரைவர்'களை முடிவு செய்வது என்பது 'கீ பர்சன்' (Key Person) என்று முக்கியமானவர் களைக் குறிப்பிடும் அதே பொருளில்தான் 'கீ' (Key) என இங்கே குறிப்பிடப்படுகிறது. இட்டுச் செல்வதால், டிரைவர் (Driver).

இந்த மூன்று 'கீ டிரைவர்'களும் பழுதின்றி நடைபெற, பாலகிருஷ்ணன் தன் குறிக்கோளான உற்பத்திக் கூட மேலாளர் ஆவது உறுதி. ஒரு மேற்பார்வையாளராக டிப்ளமா படிப்புடன் வேலைக்குச் சேர்ந்து விட்டு, அவ்வப்பொழுது, தானும் முன்னேற வேண்டும் என்ற ஆசை மட்டும் பட்டுக் கொண்டிருப்பவர்களுக்கும் பாலகிருஷ்ணனுக்கும் இடையேதான் எவ்வளவு வித்தியாசம்?

பாலகிருஷ்ணனுடைய வழிமுறை, நிச்சயமான முறை அல்லவா? அதிர்ஷ்டத்தினையோ, ஆள் பலத்தினையோ நம்பியிருப்பதில்லையே! தன்னை நம்புவது சரியான வழிமுறை களை நம்புவது, கடைப்பிடிப்பது.

முதல் அத்தியாயத்தில் பார்த்தோமே கங்கா அணியினர். பொம்மையை எங்கே வைத்தாலும் விளையாட்டு ஏரோப்பிளேனால் சரியாக அடித்தார்களே! அதே கங்கா அணியினர்தான். அவர்கள் எப்படிச் செய்தார்கள்? 'என்ன செய்தால் என்ன விளைவு?' என்று கண்டுபிடித்தார்கள். அதை முன்கூட்டி முயன்று, தெரிந்துகொண்டு, செய்து பழகினார்கள். எந்தச் சூழ்நிலையிலும் சரியாகச் செய்யும் சூட்சுமம் கண்டுபிடித்தார்கள். பயிற்சி செய்தார்கள். பின்பு பார்த்தவர் வியக்க, சொல்லிச் சொல்லி அடித்தார்கள்.

அவர்கள் செய்தது விளையாட்டில். பாலகிருஷ்ணன் செய்வது வாழ்க்கையில்.

முன்னேற வேண்டும் என்று முடிவு செய்துவிட்டால், நாம் முன்பு பார்த்தது போல, நம்மிடம் இருக்கும் அளவான வளங்களை (Limited Resources), நேரம், பணம், முயற்சிகள் போன்றவற்றை அதிக பலன் கொடுப்பவற்றில் முதலீடு செய்ய வேண்டும். (பலவற்றிலும் பரவலாக (Spreading, thin) செய்வதுடன் ஆழ உழ வேண்டும்.

எதைச் செய்தால் நிச்சயப் பலனோ அதைச் செய்ய வேண்டும். அவைதான் 'கீ டிரைவர்ஸ்'. அவை இலக்குக்கு இலக்கு மாறுபடும். இலக்கினைப் பொறுத்து, சூழ்நிலைகளைப் பொறுத்து, நபர்களைப் பொறுத்து மாறும். கவனமாகத் தேர்வு செய்யவேண்டும். விவரம் தெரிந்தவர் உதவியுடன் தேர்வு செய்யவேண்டும்.

ஏனென்றால், எவற்றை கீ டிரைவர்களாக முடிவு செய்கிறோமோ, அவற்றைத்தான் முழு மூச்சாக அடுத்த சில மாதங்கள், வருடங்களுக்குச் செய்யப் போகிறோம்.

Don't plan while you doand

Don't do while you Plan என்று சொல்லலாம்.

திட்டமிடாமல் செய்யவேண்டாம். திட்டமிட்ட பிறகு, யோசிக்கவே கூடாது. வள்ளுவர் சொல்லுவதுபோல தேறாமல் தெளியவும் வேண்டாம். தெளிந்தபின் சந்தேகப்படவும் வேண்டாம்.

ஆக,அடுத்த முக்கிய கட்டமான கீ டிரைவர்கள் தேர்வு முடிந்து விட்டது.

இது வரை செய்திருப்பவற்றை ஒரு மறு பார்வை பார்த்துவிடலாமா?

● தேவைப்பட்டியல் தயாரித்தோம்.

● பின் ஒவ்வொரு வாழ்க்கைத் தேவையையும் பல இலக்கு களாகப் பிரித்தோம்.

● அதன்பின் ஒவ்வொரு இலக்கினையும் பல 'கீ டிரைவர்' களாகப் பகுத்தோம்.

அடுத்து... ஒவ்வொரு 'கீ டிரைவரை'யும் என்ன செய்யலாம்?

அதற்கும் ஏதும் வழிமுறைகள் உண்டா?

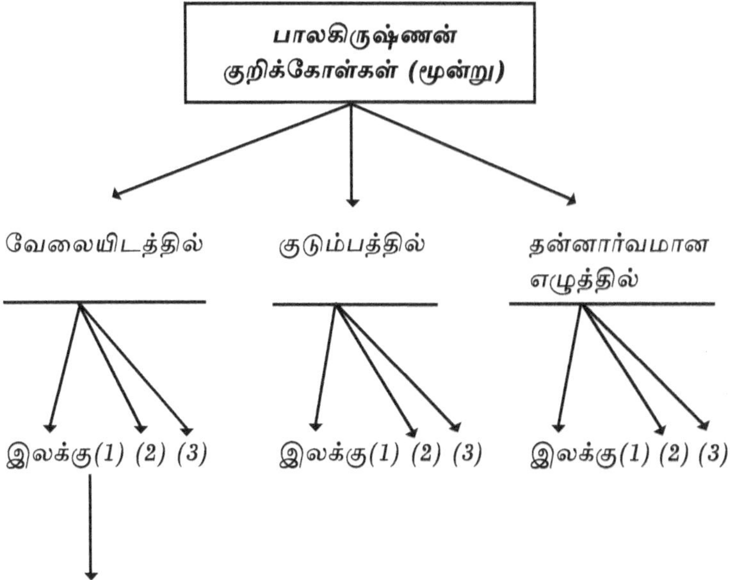

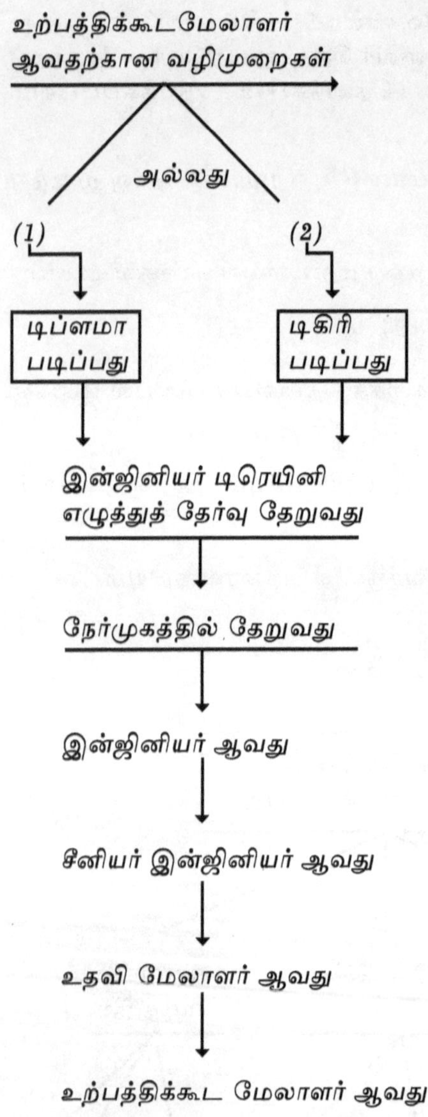

முன்னேற்றம் இந்தப் பக்கம்

10. 'கீ டிரைவர்' எனும் குதிரை

சில ஆண்டுகளுக்கு முன்பு சுதந்திர தினத்தன்று தொலைக் காட்சியில் இரண்டு நிகழ்ச்சிகளைப் பார்த்தேன். முதலாவது தூர்தர்ஷன் நிகழ்ச்சி. அதில் நமது குடியரசு தலைவர் திரு. அப்துல் கலாம் அவர்கள் பள்ளிக் குழந்தைகளுடன் பேசினார். நிகழ்ச்சியின் இறுதியில் அந்தக் குழந்தைகள் அவரிடம் சில கேள்விகள் கேட்டுப் பதில்கள் பெற்றனர்.

ஒரு சிறுவன் கேட்டான்: 'நாங்களும் ஒரு அப்துல் கலாம் ஆவதற்கு என்ன செய்ய வேண்டும்?' அவர் இயல்பாக மற்ற கேள்விகளுக்குப் பதில் சொல்லிய அதே விதமாகப் பதில் சொன்னார். ஒரு கனவு இருக்க வேண்டும். என்ன ஆக வேண்டும் என்ற கனவு (இடையே, நின்று கொண்டேயிருந்த அந்தச் சிறுவனிடம் கேட்கிறார்; 'உன் கனவு என்ன?' அவன் சொல்லுகிறான் 'ஒரு ஏரோநேட்டிக் எஞ்சினியர் ஆக வேண்டும்.') அடுத்து குடியரசுத் தலைவர் சொல்லுகிறார். அப்படி ஒரு கனவு ஏற்படுத்திக் கொண்டதும், வேறு எதிலும் கவனம் சிதறாமல் அதன் மீதே இருக்க வேண்டும். மூன்றாவது, அந்தக் கனவுக்காக வேர்வை சிந்தி உழைக்க வேண்டும் என்றார்.

அதே சுதந்திர தினத்தன்று இன்னொரு நிகழ்ச்சியையும் பார்த்தேன். நடிகர் விக்ரம் கலந்துகொண்ட ஒரு தனியார் தொலைக்காட்சி நிகழ்ச்சி (விஜய் டி.வி. காஃபி வித் அனு). அவரும், நடிகர் இயக்குநர் சிம்புவும் விருந்தினர்களாக வந்திருந்தார்கள்.

அனுஹாசன் பேட்டி எடுத்தார். நிகழ்ச்சியில் இருந்து இரண்டு தகவல்கள், செய்திகள் கிடைத்தது.

ஒன்று விக்ரம் ஒரு மிகப் பெரிய விபத்தில் மாட்டி, அதன் பொருட்டு இரண்டு கிளட்சுகளின் (கக்கத்தில் வைத்துக் கொள்ளும் கட்டை) உதவியுடன் மட்டுமே நடக்கக்கூடிய நிலையில் சில காலம் இருந்திருக்கிறார். சில காலம் என்றால்... நான்கு வருடங்கள். மருத்துவ சிகிச்சை எடுத்துக்கொண்டு வேறு எதுவும் செய்ய முடியாத நிலையில் இருந்திருக்கிறார்.

இரண்டாவது, அவர் கடந்த ஐந்து வருட காலமாக தமிழ்த் திரையுலகில் மிக உயர்ந்த இடத்தில் இருக்கிறார் என்பது நமக்குத் தெரியும். ஆனால், அதற்கு முன் அவர் கிட்டத்தட்ட பத்து வருடங்கள் பல சின்னச் சின்ன வேடங்கள் செய்து, என்னென்னவோ முயன்றிருக்கிறார். ஆனால், மேலே வர முடியவில்லை. இருந்தும் மனம் தளராத முயற்சிகள்.

அதையெல்லாம்விட எவரையும் கவர்ந்த செய்தி அவருடைய நம்பிக்கைகள் பற்றியது. அவர் சொல்கிறார். அவர் அப்படி விபத்துக்குள்ளாகி, மருத்துவமனையில் படுத்திருக்கும்பொழுது அவரைச் சந்தித்த ஒரு பெண்மணியிடம் (அவரைப் பின்பு மணந்து கொண்டவர்) தன் வருங்காலம் பற்றிச் சொல்லியது பற்றி.

விக்ரம் அப்போதே, மிகத் தெளிவாக, மிகுந்த நம்பிக்கையுடன் உறுதியாகச் சொல்லியிருக்கிறார். தான் வருங்காலத்தில் பெரிய வீடுகள், ஸ்போர்ட்ஸ் கார்கள் உட்பட பல கார்கள் முதலியன வாங்கியிருப்பேன். பெரிய ஸ்டார் ஆக ஆகியிருப்பேன் என்று. அவர் அப்படிச் சொல்லிய தினத்தில் அவருடைய நிலைமையே வேறு. ஆனால் அவர் தீர்மானமாக நம்பியிருக்கிறார். பின்னால் ஜெயித்தும் இருக்கிறார். தெளிவான கனவுடன், ஆழமான நம்பிக்கைகளுடனும் இருந்திருக்கிறார். நினைத்ததைச் சாதித்தும்விட்டார்.

●

முன்னேற விரும்புகிறவர்களுக்கான அற்புதமான செய்திகள். என்ன ஆக வேண்டும் என்கிற தெளிவான கனவு வேண்டும். கவனச் சிதறல் கூடாது. கனவை அடைய உழைப்பு அவசியம் என்று வலியுறுத்தும் அப்துல் கலாம் அவர்கள்; மிகச் சாதாரண

நிலையில் இருக்கும் பொழுதும், அடிபட்டுக் கிடக்கும் பொழுதும், வாழ்க்கை பற்றிய நம்பிக்கை கொஞ்சமும் குறையாமல் முயற்சி எடுத்து, மிகப் பெரிய வெற்றி பெற்ற விக்ரம் அவர்கள். இவர்கள் பாதை முன்னேற்றம் அடைய நிச்சய வழிகள் அல்லவா!

உதாரணங்கள் மாறலாம். ஆனால், வழிமுறையில் மாற்றமில்லை. அதேதான்.

முதலில் ஒரு பள்ளிப் படிப்பு படிக்கும் மாணவனின் முன்னேற்றத்தினை உதாரணமாக எடுத்துக்கொள்ளலாம். பாண்டியன் என்ற ஒரு மாணவனின் 'தேவை' கல்லூரியில் குறிப்பிட்ட பாடத் திட்டத்தில் (கோர்ஸ்), தகுதி அடிப்படையில் சேருவது என்று வைத்துக் கொள்வோம். பாண்டியனின் தேவை எப்படி நிறைவேறும்? அதற்கு அவன் சில இலக்குகள் அமைத்துக் கொண்டு, அவற்றை அடைந்தாக வேண்டும். அந்த இலக்குகள் (1) பள்ளி இறுதித் தேர்வில் பெற வேண்டிய மதிப்பெண்கள் (2) நுழைவுத் தேர்வில் பெற வேண்டிய மதிப்பெண்கள் என்று இருக்கும்.

முதல் இலக்கான, 'பள்ளி இறுதித் தேர்வில் பெறவேண்டிய மதிப்பெண்கள்' என்பதை எடுத்துக்கொண்டு அதற்கு 'கீ டிரைவர்'களை உருவாக்குவோமா?

பள்ளி இறுதித் தேர்வில் என்னென்ன பாடங்கள் உண்டு? அவன் படிப்பது சி.பி.எஸ்.இ. (CBSE) முறையில் என்பதால் மொத்தம் ஐந்து பாடங்கள். ஆங்கிலம், பௌதீகம், வேதியியல், கணிதம் மற்றும் பயாலஜி. இந்த ஐந்து சப்ஜெக்டுகளில் எடுக்கும் மதிப்பெண்கள்தான் அவனுடைய இலக்கு எண் ஒன்றினை அடைய வைக்கக்கூடிய 'கீ டிரைவர்'கள்.

அடுத்தது, பாண்டியன் நுழைவுத் தேர்வில் எடுக்கவேண்டிய மதிப்பெண்கள். இதற்கும் படிக்கவேண்டிய தனித்தனி சப்ஜெக்டுகளும் புத்தகங்களும் உண்டு. அவை இன்னொரு வகையான 'கீ டிரைவர்'கள் (Set of Key drivers).

இதில் என்ன புதுமை! படிக்கும் சப்ஜெக்டுகளில் மதிப்பெண்கள் எடுத்தால், இலக்கு அடையப்படும் என்பது தெரிந்ததுதானே என்று தோன்றலாம். விஷயம் இருக்கிறது.

இப்படி 'கீ டிரைவர்'களை அடையாளம் கண்டதும், பின்பு கீழ்க்கண்ட கேள்விகளுக்குப் பதில் கண்டுபிடிக்க வேண்டும். எடுத்துக்கொண்ட 'கீ டிரைவர்' ஒவ்வொன்றிலும் (ஆங்கிலம், பௌதீகம், வேதியியல், கணிதம் மற்றும் பயாலஜி).

1.   எவ்வகை அதிகபட்ச சாத்தியம் (Tehoritical possibility)?

இந்த 'கீ டிரைவரில்' எவராலும் அதிகபட்சம் எவ்வளவு வாங்க முடியும்? அதிகபட்சம் என்றால் மாக்ஸிமம். அதற்கு மேல் கிடையாது என்கிற அளவு. பதில் தெரிந்ததுதான்.

நூறு மதிப்பெண்கள்.

2.   எதனை நாம் 'பென்ச் மார்க்'காக (முன் மாதிரியாக) வைத்துக் கொள்வது?

அதிகபட்சம் என்பது மிக மிக அதிகமாகப் பெற்றால் எவ்வளவு என்பது. இப்போது கேட்பது, பாண்டியன் போன்ற ஒருவர் அல்லது வேறு எவருமோ, எதனைச் சாத்தியம் என்று நம்புகிறார்கள். அது அதே 100 ஆகவும் இருக்கலாம். அல்லது அதைவிடச் சிறிது குறைவாகவும் இருக்கலாம்.

உதாரணத்திற்கு ஒருவரால் அவுட்டே ஆகாமல் கிரிக்கெட் டெஸ்ட் பந்தயத்தில் எவ்வளவு நேரம் ஆட முடியும்? மிக அதிகபட்சமாக ஆடினால் எவ்வளவு நேரம் ஆடி விட முடியும்? டெஸ்ட் மேட்சே மொத்தம் ஐந்து நாட்கள்தான். ஒருவர் முதலில் பேட் செய்யும் அணியில் இருந்து தொடக்க ஆட்டக்காரராக ஆடினால்கூட ஐந்து நாள் தான் ஆட முடியும். அதாவது அதில் ஐந்து நாள் என்பதுதான், தேர்வில் பெறக் கூடிய 100 மதிப்பெண்கள் என்பது போல. Theoritical possibility. ஆனால், எவரும் அதற்கு முயற்சிப்பது இல்லை.

கேரி சோபர்ஸ் போல, டென் ஜோன்ஸ் போல, லாரா போன்ற சிலர் மிக அதிகபட்சமாக எவ்வளவு நேரம் ஆடியிருக்கிறார்கள் (லாராதான் அதிகபட்சமாக மூன்று நாள்கள்).

அதனைப் பார்ப்பது, அப்படிப் பார்த்தால், பாண்டியனுக்குக் கிடைத்த தகவல்.

சென்ற ஆண்டு பள்ளியிறுதித் தேர்வில் மாவட்ட முதல் மாணவன் பெற்ற மதிப்பெண்களான 96, 98, 100, 100 மற்றும் 97.

3.   எது நமக்குச் சாத்தியம்?

அதற்கும் அடுத்துப் பார்க்க வேண்டியது, மிகச் சிலர் மிகப் பிரமாதமாகச் செய்திருக்கிறார்கள். சரிதான். ஆனாலும், நமக்கு நம் சூழ்நிலைக்கு எது சாத்தியம்? அதனைப் பார்க்க வேண்டும். இது நபருக்கு நபர் வேறுபடலாம். அவரவர் தீவிரங்கள் பொறுத்தது.

பாண்டியன் முடிவு செய்தது.

90, 95, 100, 100 மற்றும் 90.

4.   முடிவாக, நாம் எடுத்துக்கொள்ளும் இலக்கு
     (Target) என்ன?

மிக அதிகத்தில் இருந்து, படிப்படியாக நமக்கு எது சாத்தியம் என்கிற அளவுக்கு வந்தாயிற்று. மூக்கினை நேராகத் தொடாமல், சுற்றி வளைத்துத் தொடுவதுபோல, எது சாத்தியம் என்பதை இவ்வளவும் பார்த்துவிட்டு முடிவு செய்ய வேண்டும். நேரடியாக ஆரம்பத்திலேயே அதற்கு வந்திருக்கலாமே என்று கேட்கலாம்.

இப்படிச் செய்வதால் பலன் இருக்கிறது. இப்படிச் செய்வதன் மூலம்தான் எது சாத்தியம் என்பதைச் சரியாக முடிவு செய்ய முடியும். இல்லாவிட்டால், சாத்தியமே இல்லாததையோ அல்லது மிகச் சுலபமாக அடையக் கூடியதையோ, இலக்காக எடுத்துக்கொண்டு விடும் அபாயம் உண்டு.

சரி, இப்போது பாண்டியன் தனது இலக்காக என்ன முடிவு செய்கிறார்?

மேற்கண்ட அதே 90, 95, 100, 100 மற்றும் 90 (மொத்தம் 500க்கு 475).

இடைவெளியைக் கண்டுபிடி.

முடிந்தது. பாண்டியன் இந்த ஆண்டு பொதுத் தேர்வில் எடுக்க வேண்டிய மதிப்பெண்கள் என்ன என்பதை முடிவு செய்துவிட்டான். அடுத்துப் பார்க்க வேண்டியது, இதனைச் சாதிப்பது எப்படி?

ஆங்கிலத்தில் 100க்கு 90 எடுத்தாக வேண்டும் என்பது பாண்டியனின் குறி (Target). சரி, நிலைமை என்ன? தற்சமயம் எடுத்துக் கொண்டிருப்பது 65.

ஆகா! தாண்ட வேண்டியது நிறைய இருக்கிறதே! ஆமாம். இருக்கிறதுதான். எவ்வளவு இடைவெளி (Gap) இருக்கிறது? 90

வேண்டும். 65 முடிகிறது. அப்படியென்றால் 25 மதிப்பெண்கள். இடைவெளி (Gap) சரி.

இப்பொழுது வாங்குவதைவிட ஆங்கிலப் பாடத்தில் இன்னும் அதிகமாக 25 மதிப்பெண்களைப் பெறுவது எப்படி? வழிகள் கண்டுபிடிக்க வேண்டும்.

ஆங்கில இலக்கணத்தில் சுளையாக மதிப்பெண்கள் வாங்கலாம். தற்சமயம் அதில் தவற விடுகிறான் பாண்டியன். சரி, அதில் அதிகபட்சம் எவ்வளவு எடுக்க முடியும்?

இருபது.

தற்பொழுது எடுக்க முடிவது?

ஐந்து.

அப்படியென்றால் இன்னும் 15 மதிப்பெண்கள்வரை இலக்கணத்தில் எடுக்க முடியும். அதற்கான வாய்ப்பு இருக்கிறது. இல்லையா?

நிச்சயமாக.

சரிசெய்ய வேண்டிய 25 மதிப்பெண்களில் (Gap) 15 மதிப்பெண் களை இலக்கணத்தினைச் சரியாகச் செய்வதன் மூலம் பிடித்து விடலாம். சரிதானே!

இப்படியாக, ஆங்கிலப் பாடத்திற்கு இன்னும் பத்து மதிப்பெண்கள் 'இம்ப்ரூவ்' செய்யும் வழி கண்டுபிடிக்க வேண்டும். அதோடு ஆங்கில வேலை முடிந்தது.

அடுத்தது, மற்ற பாடங்கள். இப்படியே ஐந்து பாடங்களிலும் செய்ய வேண்டியன பற்றி முடிவு செய்துவிட... பாண்டியனின் 500க்கு 475 எடுப்பதற்கான நிச்சயமான வழிமுறை வந்துவிடுகிறது.

அடுத்து என்ன செய்யவேண்டும்?

கரெக்ட். பொதுத் தேர்வுக்குச் செய்ததுபோலவே நுழைவுத் தேர்வுக்கும் செய்யவேண்டும். அதே நான்கு கட்ட வேலை. கடைசியாக எது சாத்தியம்? எது இலக்கு?

இப்படியாக இரண்டினையும் செய்து முடிக்க, இப்பொழுது பாண்டியனிடம் எதைச் செய்தால் நிச்சய வெற்றி என்கிற விபரங்கள் உண்டு. அவன் செய்ய வேண்டியன தான் 'கீ டிரைவர்'கள்.

அடுத்த ஏழு, எட்டு மாதங்களில் அவன் தூங்கும், சாப்பிடும் நேரம் போக செய்ய வேண்டியது என்ன? என்பது அவனுக்குத் தெரிந்து விட்டது. செய்தால்? வெற்றிதான். நிச்சய வெற்றி.

இலக்கு, பாலகிருஷ்ணன் விரும்பும் 'உற்பத்திக் கூட மேலாளர்' பதவியாக இருக்கலாம். அல்லது பாண்டியன் விரும்பும், 'குறிப்பிட்ட கல்லூரியில் குறிப்பிட்ட பாடத் திட்டத்தில் சேருவதாக' இருக்கலாம். அல்லது கலெக்டர் ஆவது, வியாபாரம்/தொழில் பெருக்கம் செய்வது என்று எதுவாகவும் இருக்கலாம். இலக்கு எதுவானாலும் சரி, வழிமுறை இதுவேதான். மாற்றமில்லை.

வீடு என்பது அறைகள் கொண்டது; அறைகள் என்பவை சுவர்களால் ஆனவை; சுவர்கள் செங்கற்களால் கட்டப்படுபவை; ஆக வீடு கட்டி முடிக்க, செங்கற்கள் சேர். அவ்வளவுதான்.

இலக்குகள் வீடு போன்றவை. 'கீ டிரைவர்'கள் அறைகள் போன்றவை. 'கீ டிரைவர்'களை அடையச் செய்யும் வேலைகள் செங்கற்கள்போல. அறைகளைத் திட்டமிட்டுச் சரியாய் முடிக்க, வீடு உருவாகிவிடும். நிஜமாகிவிடும்.

எந்தப் பெரிய இலக்கினையும் சிந்தித்து அதைச் சரியான பகுதிகளாகப் பிரித்துக்கொள்ள, அது வசப்பட்டே தீரும்.

இலக்குகள் அடைவதற்கான வழிமுறைப்படம்

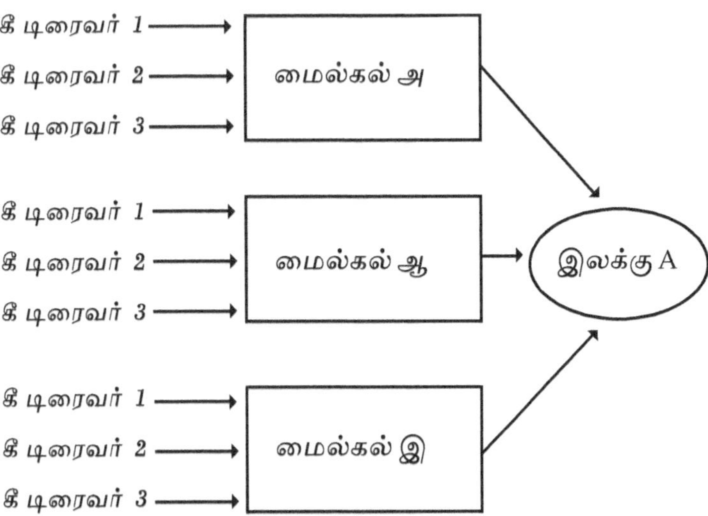

11. 'கீ டிரைவர்'கள் தேர்வு

சென்ற அத்தியாயத்தில் 'கீ டிரைவர்'கள் (Key Drivers) என்கிற ஒரு புது அணுகுமுறையைப் பற்றிப் பார்த்தோம். அது திட்டமிட்ட முன்னேற்றத்தில் மிக முக்கியமான பகுதி என்பதால், அதனைச் சரியாகப் புரிந்துகொள்ள வேண்டியது அவசியம்.

மோகன் என்பவர் சென்னையில் இருக்கிறார். அவர் மும்பைக்குப் போக விரும்புகிறார். அவரால் போக முடியுமா? முடியும். அவர், எப்படியெல்லாம் சென்னையில் இருந்து மும்பைக்குப் போகலாம்? எவை மோகனை மும்பைக்குப் போக வைக்கும்?

ரயிலில் போகலாம். சாலை வழியாக காரில் போகலாம். அல்லது பேருந்தில் ஏறிப் போகலாம். ஏன் அவரால் கப்பல் மூலம் போக முடியும். ஹெலிகாப்டர் ஏறிக்கூட மும்பைக்குப் போகலாம். இறங்குதளங்கள் உண்டு. இதெல்லாம் எதற்கு? அவரால் நடக்க முடியாதா என்ன? ஏன் நீந்திக்கூடச் செல்லலாமே! நீந்த முடியாதா என்ன? அவையும்கூட வழிகள்தான். ஆக மும்பைக்குப் போய்ச் சேர, மோகன் யோசித்தவரை மொத்தம், அவருக்கு ஏழு வழிகள் உள்ளன.

அவர் எப்படிப் போவார்? எதைத் தேர்வு செய்வார்?

அதைப் பார்க்கலாம். சரி அதற்கு முன் மோகனின் மும்பைப் பயணத்துக்கும், நமது முன்னேற்றக் குறிக்கோளுக்கும் என்ன சம்பந்தம் என்றும் பார்த்துவிடலாம். வேறு ஒன்றும் இல்லை.

இது ஒரு ஒப்பீடு. அவ்வளவுதான். முன்னேற்றம் என்பது ஒரு நிலையில் இருந்து, அதைவிட உயர்ந்த நிலைக்குப் போவது. அதை சுலபமாகப் புரிந்து கொள்வதற்காக, ஒரு பயணத்துடன் ஒப்பிட்டுப் பார்க்கிறோம். அவ்வளவுதான்.

மோகன் இருப்பது சென்னையில். அது அவருடைய தற்போதைய நிலை. அவர் போக விரும்புவது மும்பைக்கு. அது, அவர் அடைய வேண்டிய நிலை. இடையில்... நிறைய தூரம் இருக்கிறது. அதனைக் கடக்க, அவர் ஏதாவது செய்யவேண்டும். ஆக தற்போதைய நிலையில் இருந்து விரும்பும் நிலையை அடைய ஏதாவது செய்யவேண்டும். எதைச் செய்வது?

அதைத்தான், அவர் எப்படிப் போவார்? எந்த முறையைத் தேர்ந்தெடுப்பார் என்று யோசிக்கிறோம். விரும்பும் நிலைக்குப் போவதற்கு பல முறைகள் இருந்தாலும், எல்லாரும், எல்லா சமயத்திலும், எந்த முறையையும் பயன்படுத்திவிட மாட்டார்கள். அங்கு நிறைய காரணங்கள் இருக்கலாம். அதல்ல நமது பிரச்னை.

அவர் எதனைத் தேர்வு செய்ய வேண்டும்? எதனைத் தேர்வு செய்தால், அவருக்கு நிச்சய உடனடிப் பலன் கிடைக்கும்? எது மிகச் சிறந்த தேர்வு? (எது Best alternate?)

அதுதான், அவருடைய முன்னேற்றத்துக்கு 'கீ டிரைவர்'. ஒரு ஊரிலிருந்து இன்னொரு ஊருக்குப் போவதற்கு ரயிலோ, விமானமோ, ஏதோ ஒன்றில் ஏறிப் போய்விடலாம். ஆனால், முன்னேற்றம் என்பதற்கு ஒன்றல்ல. ஒன்றுக்கும் மேற்பட்ட சிலவற்றைச் செய்ய வேண்டியிருக்கும். அவைகளை அப்படிக் கொண்டு சேர்க்கும் நிச்சயமான ஒன்றைக் கண்டுபிடிப்பதுதான்.

இது முன்னேற்றத்தில் மிக முக்கியமான கட்டம். இங்கே தவறு நிகழவே கூடாது. காரணம், இங்கே முடிவு செய்யப்படும் வழியில்தான், அதன்பின் ஒருவர் தீவிரமாக ஈடுபடப் போகிறார். அதற்குப் பிறகு, அவர் செய்யப் போகும் முயற்சிகள், முதலீடுகள் எல்லாம் இந்த 'கீ டிரைவர்'களின் மீதேதான்.

சென்ற அத்தியாயத்தில் பார்த்த மாணவன் பாண்டியன், ஆங்கிலப் பாடத் தேர்வில் மிக அதிக மதிப்பெண்கள் எடுப்பதற்கு கண்டுபிடித்த 'கீ டிரைவர்', இலக்கணப் பகுதியில் கூடுதல் மதிப்பெண் பெறுவது என்பது. அதைத் தேர்வு செய்த பின், அவன் தினம் தினம் தன்னுடைய நேரத்தில் பெரும் பகுதியை, இலக்கணம் கற்பதில் செலவிடப் போகிறான்.

ஒருகால், இலக்கணத்திற்கு அவ்வளவு மதிப்பெண்கள் இல்லை என்று பின்னால் தெரிந்துகொண்டால் (அப்படி இருக்குமானால்) அவன் அதில் செலவழித்த நேரமெல்லாம் வீண் என்பதுடன், அவனால் அதிக மதிப்பெண் என்கிற முன்னேற்றத்தினையும் அடைய முடியாது. அதாவது அவன் தேர்வு செய்த 'கீ டிரைவர்' தவறானது. தவறான 'கீ டிரைவரை' தேர்வு செய்ததால், அதன் பின் செய்த வேலைகள் அத்தனையும் வீண்.

●

ஒரு அறையின் சுவர் ஒன்று கண்ணாடியால் ஆனது. உள்ளிருந்து பார்த்தால், வெளியில் இருக்கும் தோட்டம், பூக்கள் எல்லாம் அப்படியே தெரியும். அதே கண்ணாடிச் சுவரின் ஒரு பக்கத்தில் ஜன்னல் ஒன்றும் உண்டு. அது திறந்திருக்கிறது. திறந்திருக்கும் ஜன்னல் வழியாகப் பார்த்தாலும் வெளியில் இருக்கும் தோட்டமும் பூக்களும் தெரியும். அறைக்குள் வந்துவிட்ட வண்டு ஒன்று அறையை விட்டு வெளியேறி தோட்டத்திற்குப் போக விரும்புகிறது.

வெளியே போக, அந்த வண்டு தேர்வு செய்த வழி, கண்ணாடித் தடுப்பு (சுவர்). பாவம் அந்த வண்டிற்கு அது தடுப்பு என்று தெரியவில்லை.

பார்த்தால், செடிகளும் பூக்கள் தெரிகிறதே, போய் விடலாம் என்று நினைத்து முட்டுகிறது, மோதுகிறது. எப்படிப் போக முடியும்? ஆனால், வண்டும் விடவில்லை. கடும் விடா முயற்சி. ஆனாலும், என்ன பயன்? எல்லாம் வீண்.

அதே வண்டு, கொஞ்சம் சரியாகக் கணித்து, கண்ணாடித் தடுப்புக்குப் பதிலாக சற்றே தள்ளியிருக்கும் திறந்திருந்த ஜன்னல் வழியாகப் பறக்க முயன்றிருந்தால், எப்பொழுதோ வெளியேறி, நினைத்ததைச் செய்திருக்கலாம். சாதித்திருக்கலாம். சரியான தேர்வு இல்லாததால் வந்த பிரச்னை. அதாவது அந்த வண்டின் 'கீ டிரைவர்' தேர்வு சரியில்லை. முயற்சி நல்ல முயற்சிதான். ஆனால், எங்கே எதில் முயற்சிப்பது என்பதில் நிகழ்ந்த தவறு.

இன்னொரு எளிய உதாரணத்தினையும் பார்க்கலாம்.

●

அது ஒரு கட்டடம் கட்டப்படும் சைட் (Site). இரண்டு கிரவுண்டில் ஒரு வீடு கட்டும் வேலை. தினம் தினம், அங்கே வேலை செய்ய பலரும் வருகிறார்கள். வந்தவுடன் வேலை 'மடமட'வென்று வேகமாக நடக்க ஆரம்பித்துவிடுகிறது. கட்டடத்தின் எந்த இடத்தில் என்ன வேலை செய்யவேண்டும் என்பதில் குழப்பமோ, தயக்கமோ எவரிடமும் இல்லை. கொத்தனார், தச்சர், எலெக்ட்ரீஷியன், பிளம்பர் எனப் பலரும் வருகிறார்கள். அவரவர் வேலையைச் செய்துவிட்டுப் போய்க் கொண்டே இருக்கிறார்கள்.

மூன்றே மாதம்தான். வீடு கட்டும் வேலை முடிந்துவிடுகிறது. வீடு கட்டச் சொன்னவருக்குப் பரம திருப்தி. சீக்கிரம் மட்டுமில்லை. வேலை நேர்த்தியாகவும் முடிந்திருப்பதாகப் பாராட்டினார்.

இங்கே, வேலை இப்படி திருப்தியளிக்கும் விதமாக முடிந்ததற்கு என்ன காரணம்? என்ன நீளம், என்ன அகலம், என்ன உயரம், ஜன்னல் எங்கே, கதவு எங்கே, மாடிப்படி எங்கே, சமையல் அறை எங்கே போன்ற அனைத்தும் முன்கூட்டியே விரிவாகத் திட்ட மிடப்பட்டு, முடிவும் செய்யப்பட்டு விட்டன. அதனால் வேலை செய்யும் அனைவருக்குமே, என்ன வேலை செய்ய வேண்டும் என்பது தெளிவாகத் தெரிந்தது.

தினசரி வந்தார்கள். திட்டமிட்டபடி வேலை செய்தார்கள். எவருடைய நேரம் வீணாகவில்லை. எதையும் கட்டிவிட்டு, பின்பு, சரியில்லை என்று இடிக்கவில்லை. இடித்துவிட்டு மீண்டும் மாற்றிக் கட்டவில்லை. மொத்தத்தில் தேவையில்லாதது எதையுமே அவர்கள் செய்யவில்லை. தேவையானது அனைத்தையும் சரியாகச் செய்தார்கள். அதற்கான ஏற்பாட்டுடனே வேலையைத் தொடங்கினார்கள். வேலை திட்டமிட்ட காலத்தில் முடிந்து விட்டது.

கவனித்திருக்கலாம். இங்கே இரண்டு விதமான செயல்கள் நடந்துள்ளன.

1.   எதைச் செய்வது என்கிற தேர்வு.

2.   முடிவு செய்தபடியே வேலை செய்தது.

இரண்டும் சரியாக அமையும் பட்சத்தில்தான் வெற்றி. மிகச் சிறந்த கட்டுமானக் குழு இருந்தும், தவறான திட்டமிடல் இருந்திருக்குமானால், அந்தக் கட்டடம், உரிமையாளருக்குத்

திருப்தியைத் தந்திருக்காது. கட்டி, இடித்து, மீண்டும் கட்டி, திருத்தி என்று நிறைய நேரமும் உழைப்பும் பணமும் வீணாகியிருக்கும்.

அப்படிப்பட்ட வீணாக்கல்களைத் தவிர்ப்பதுதான், சரியாக 'கீ டிரைவர்'கள் தேர்வு செய்வது என்பது.

முன்பு பார்த்தோம். ஒரு கார் பாண்டிச்சேரியில் இருந்து சென்னைக்குத் துரிதமாக இரண்டே மணி நேரத்தில் வருவதற்குப் பல காரணங்கள் இருக்கின்றன என்பதை. அவை அனைத்துமே காரின் வேகத்துக்கு உதவினாலும், எல்லாக் காரணங்களும் ஒரே அளவில் உதவுவதில்லை. அங்கேதான் Vital few and Trivial many என்கிற 80:20 தத்துவத்தினைப் பார்த்தோம். முக்கிய சில காரணங்கள். அதைத்தான், அப்படிப்பட்ட முக்கிய சில, அதிகம் தாக்கம் ஏற்படுத்தக்கூடிய காரணிகளைத்தான் 'கீ டிரைவர்' களாகத் தேர்வு செய்துகொள்ள வேண்டும். இது மிக மிக முக்கியம்.

●

ஒரு குறிப்பிட்ட பொருளின் விற்பனையை அதிகப்படுத்த வேண்டும் என்று தீர்மானிக்கிறார்கள். அதற்கு இலக்கு நிர்ணயிக்கிறார்கள். தற்சமயம் மாதம் ஆயிரம் என்ற எண்ணிக்கையில் விற்பனையாகிறது. அதனை ஆறு மாதங்களில் பத்தாயிரம் என்கிற எண்ணிக்கையைத் தொட வைக்க நினைக்கிறார்கள். அதுதான் இலக்கு.

எதெல்லாம் செய்தால் விற்பனை அதிகரிக்கும் என்று விவாதித்து, முடிவுக்கும் வந்துவிடுகிறார்கள். கார் வேகமாக வந்ததற்கு இருந்த பத்து காரணங்கள் போக, அந்தப் பொருள் விற்பனையை அதிகரிக்கப் பல வழிகளைப் பட்டியல் இடுகிறார்கள்.

● பொருளின் விலையைக் குறைக்கலாம்.

● தரத்தினைக் கூட்டலாம்.

● விளம்பரத்தினை அதிகப்படுத்தலாம்.

● விற்பனை செய்யும் ஆட்களை அதிகப்படுத்தலாம்.

● பொருளின் 'பேக்கெட் சைஸ்'களை மாற்றி, சிறிய அளவு களாக்கலாம்.

● பொருள் 'பேக்கட்' சைஸ்களை அதிகப்படுத்தி, விலையைக் குறைத்து, 'பல்க்' எனப்படும் மொத்த விற்பனையை அதிகப்படுத்தலாம்.

* வாங்கி விற்கும் கடைக்காரருக்குக் கொடுக்கும் காசினை அதிகப்படுத்தலாம்.

* புதிய இடங்களில், கடைகளில் பொருள்களை விற்பனைக்கு அனுப்பலாம்.

* பொருள் வாங்குபவர்களுக்கு இலவசங்கள் கொடுக்கலாம்.

* வேறு நிறுவனங்களுடன் ஒப்பந்தம் செய்துகொண்டு நமது பொருளை வேறு பொருள்களுக்கு இலவசமாகக் கொடுக்க வைத்து, அவர்களிடம் இருந்து பணம் பெறலாம்.

* பொருள்களை வாங்குபவர்களுக்குப் பெரிய பரிசுத் திட்டங்கள் அறிவிக்கலாம்.

இப்படியாக நிறைய வழிமுறைகளைப் பட்டியல் இடுகிறார்கள். இவையெல்லாம் ஒரு பொருளின் விற்பனை அளவினை அதிகப்படுத்தும் வழிகள். 'டிரைவர்ஸ்' (Drivers).

இவையெல்லாமே பயன் தரக்கூடியதுதான். ஆனால், எல்லாமே ஒரே அளவு பயன் தர வல்லவையாக இருக்க முடியாது.

* விற்கும் பொருளின் தன்மை.

* வாங்குபவர்களின் தேவை.

* வாங்குபவர்களின் எண்ணிக்கை.

* சந்தையில் நிலவும் போட்டி.

* போட்டியாளர்களின் பலம்.

* ஏற்கெனவே பொருளுக்கு வைக்கப்பட்டிருக்கும் விலை.

* ஏற்கெனவே கிடைக்கும் லாபம் (Margin).

* நிறுவனத்துக்கு இருக்கும் ஆள் பலம் (Human Resources).

போன்ற பலவற்றையும் பொறுத்துத்தான், எந்த வழிமுறை எவ்வளவு தூரம் சாத்தியம் மற்றும் எவ்வளவு பயன் தரும் என்பவை அமையும். அவற்றில் இருந்து, சிலவற்றை மட்டுமே, 'கீ டிரைவர்'களாகத் தேர்வு செய்வோம்? அந்தத் தேர்வு எதன் அடிப்படையில் அமையும்?

12. தேர்ந்தெடுக்க வேண்டிய
'முக்கிய சில...'

என்ன செய்யலாம் என்று யாரிடம் கேட்டாலும், எதைப் பற்றிக் கேட்டாலும், எப்போதும் நிறைய யோசனைகள் வரும். சுலபமாகக் கிடைப்பது அறிவுரைதான் என்பார்கள். தவறு இல்லை. சொல்லப் போனால், யோசனைகளைக் கேட்க வேண்டும். எல்லா விதமான சாத்தியங்களையும் வாய்ப்புகளையும் முழுமை யாகத் தெரிந்துகொண்டு விட்டு, அதன்பின், செய்ய வேண்டிய வற்றை முடிவு செய்வது எவருக்கும் நல்லதுதானே!

அமெரிக்காவில் மியாமி கடற்கரையில் ஒருவர் ஒரு உணவு விடுதி நடத்தி வந்தார். அவர் எந்த நிறுவனத் தலைவரையும் போலவே, தனது நிறுவனத்தின் விற்பனை அதிகரிக்க வேண்டும் என்று விரும்பினார். அதற்கு அவர் தேர்வு செய்த வழி, 'வாடிக்கையாளர்களுக்குச் சிறப்பான சேவை' என்பதுதான். சேவைதான் அவருடைய நிறுவனத்தின் தனித் தன்மை என்று முடிவு செய்துகொண்டவர், அதை எப்படியெல்லாம் செய்யலாம் என்று யோசித்தார். அவருக்குச் சில யோசனைகள் வரத்தான் செய்தன. ஆனால், தன்னால் யோசிக்கக்கூடிய யோசனைகள் மட்டுமே போதாது என்பது அவருக்குத் தெரிந்திருந்தது.

மேலும், 'தான் சில யோசனைகளைச் சொல்லலாம்தான். ஆனால், அவற்றை ஊழியர்கள்தானே நடைமுறைப்படுத்த

வேண்டும். அதற்கு அவர்களின் ஈடுபாடும் ஒத்துழைப்பும் முக்கியமாயிற்றே. அதையும் நிச்சயப்படுத்தச் செய்ய என்ன செய்யலாம்?' என்று யோசித்தவர், ஒரு முடிவுக்கு வந்தார். புதுமையான முடிவு.

'வாடிக்கையாளர்களுக்குக் கொடுக்கும் சேவையின் தரத்தினை உயர்த்துவது எப்படி?' என்று ஊழியர்களிடமே யோசனை கேட்க முடிவு செய்தார். அவர்களும் தங்களுக்குத் தோன்றியதை எல்லாம் சொல்லிவிட முடியாது. அவர்கள் பிற உணவு விடுதிகளில் என்ன செய்கிறார்கள் அல்லது என்ன செய்யவில்லை என்பதைப் பார்த்து விட்டு வந்து, நாம் என்ன செய்யலாம் என்று சொல்ல வேண்டும்.

இதற்காகவே ஒரு வித்தியாசமான திட்டம் கொண்டுவந்தார். பணியாளர் ஒவ்வொருவருக்கும், வாரம் இவ்வளவு என ஒரு தொகையினைக் கொடுத்துவிடுவது, அந்தப் பணத்தில் பணியாளர், தனது வார விடுமுறையன்று, நகரில் உள்ள ஏதாவது ஒரு உணவகத்துக்குப் போய்ச் சாப்பிட வேண்டும். சாப்பிட்டுவிட்டு வந்து, குறிப்பிட்ட தினத்தன்று நடைபெறும் அனைத்து ஊழியர்கள் கூட்டத்தில், தான் சாப்பிட்ட உணவகம் பற்றியும் அங்கு கொடுக்கப்பட்ட வாடிக்கையாளர் சேவை பற்றியும் பேச வேண்டும்.

ஊழியர்கள் சந்தோஷமாகப் போனார்கள். சாப்பிடக் கசக்குமா என்ன? அதுவும் வெவ்வேறு இடங்களில், முதலாளியின் காசில்! சாப்பிட்டு விட்டு வந்து பேசினார்கள். 'அவன் கொடுத்த (பீங்கான்) தட்டு ஓரம் உடைந்திருந்ததைக்கூட அவன் கவனிக்க வில்லை.'

'சூப் சூடே இல்லை.'

'நாப்கின் ஓரத்தில் பிசிர் இருந்தது.'

'டீ கொடுத்தான். கப் ஒரு கலர். சாசர் ஒரு கலர்!'

கேலியாகச் சிரித்துக்கொண்டே சொன்னார்கள். அதே சமயம், தங்கள் உணவகத்தில் எ(அ)தைச் செய்யக்கூடாது என்பதையும் உணர்ந்தார்கள். குற்றங்கள் மட்டுமில்லை, போன இடங்களில் மற்ற பணியாளர்கள் எப்படிச் சிறப்பாகச் சேவை செய்கிறார்கள் என்பதனையும் தெரிந்து கொண்டார்கள்.

'ஏற்கெனவே நான் அங்கே போய் சாப்பிடுகையில், வெங்காயம் வேண்டாம் என்றதை அவன் நினைவில் வைத்திருந்து அடுத்த முறை சென்றபொழுது, அதை நினைவுபடுத்திச் சொல்லி, வெங்காயம் இல்லாத உணவுக்காகப் பரிந்துரைத்தான்.'

அவற்றையும் தங்கள் நிறுவனக் கூட்டத்தில் சேவை முன்னேற்றத்துக்கான யோசனையாகச் சொன்னார்கள்.

நல்லதும் கெட்டதுமாக இப்படி ஏகப்பட்ட தகவல்கள், அந்த நிறுவனத்திற்குள் சாப்பிடப் போன ஊழியர்கள் வாயிலாக வந்து கொண்டேயிருந்தன. எல்லாம் சேவை பற்றிய யோசனைகள். ஒருவரை விட மற்றொருவர் நல்ல யோசனையாகச் சொல்ல வேண்டுமென்ற இயல்பான போட்டியினால், மிக நல்ல யோசனைகள் வந்து குவிந்தன. நிறுவனத் தலைவருக்குப் பெருமகிழ்ச்சி. எல்லாவற்றையும் குறித்துக் கொண்டார். அவருக்குத் தெரிந்ததைவிட பன்மடங்கு கூடுதலான யோசனைகள், பரிந்துரைகள். சில மாதங்களிலேயே அவரிடம் ஒரு நீளமான பட்டியல் தயாராகிவிட்டது.

இது தேவைதான்.

ஆனால், அந்தப் பட்டியலில் இருந்த அனைத்தையும் அந்த உணவகத் தலைவர் நடைமுறைப்படுத்தவில்லை. எல்லா வற்றையும் செய்ய, மிக அதிகமான பணம் வேண்டும். அவர் செய்வது வியாபாரம், தர்மம் அல்ல. அதனால் அந்தப் பட்டியலில் இருந்து மிக அதிக பலன் தரவல்ல சிலவற்றை மட்டும் தேர்வு செய்து நடைமுறைப்படுத்தினார்; பலனடைந்தார்.

கடந்த அத்தியாயத்தில் பார்த்த நிறுவனமும் அப்படிப்பட்ட ஒரு பட்டியலுடன்தான் இருந்தது. விற்பனை அளவை 10,000 ஆகப் பெருக்க, மொத்தம் 11 வழிகள் சொல்லப்பட்டிருந்தன. அவற்றில் இருந்து, அவர் செயல்படுத்த தேர்வு செய்தவை மூன்றினைத்தான். அந்த மூன்று,

- விற்பனை செய்யும் ஆட்களை அதிகப்படுத்துவது.

- பொருளின் 'பேக்கெட் சைஸ்'களை மாற்றி, சிறிய அளவுகளாக்குவது.

- புதிய இடங்களில், கடைகளில் பொருள்களை விற்பனைக்கு அனுப்புவது.

பலரும் உடனடியாக நினைக்கும், 'விலையைக் குறைப்பது', 'தரத்தினைக் கூட்டுவது', 'விளம்பரத்தினை அதிகப்படுத்துவது', 'மொத்த விற்பனையை அதிகப்படுத்துவது', 'கடைக்காரருக்குக் கொடுக்கும் கமிஷனை அதிகப்படுத்துவது', 'இலவசங்கள் கொடுத்து முயற்சிப்பது', 'பரிசுகள் கொடுப்பது' போன்ற எதனையும் அவர் செயல்படுத்த முடிவு செய்யவில்லை.

காரணம். ஒவ்வொருவரின் பிரச்னைகள் வேறு, சூழ்நிலைகள் வேறு. யாருக்கோ சரியாக வந்தது நமக்குச் சரியாக வர வேண்டும் என்று அவசியமில்லை. எல்லோரும் செய்கிறார்கள் என்று எதையாவது செய்ய வேண்டாம். நமக்கு எது சரி என்று பார்த்துத்தான் செய்ய வேண்டும். அதுதான் பலனளிக்கும்.

ஒருமுறை மருத்துவர் காய்ச்சலுக்குக் கொடுத்த மருந்துச் சீட்டினை வைத்திருந்து, அடுத்த முறை காய்ச்சலுக்கு மருத்துவரிடம் போகாமல், அதே மாத்திரைகளை வாங்கிச் சாப்பிடலாமா? அப்படிச் சாப்பிட்டால் காய்ச்சல் சரியாகுமா? அதே போல வேறு ஒருவருக்குக் காய்ச்சலுக்குக் கொடுக்கப்பட்ட மருந்துச் சீட்டில் குறிப்பிடப்பட்டுள்ள மருந்துகளை வாங்கி இன்னொருவர் சாப்பிடலாமா? சாப்பிட்டால் அது சரியா? பலன் தருமா?

பலன் கிடைப்பதற்குப் பதிலாக பிரச்னைகள் அதிகமாகலாம். காரணம், காய்ச்சல் வந்த காரணங்கள் வேறாக இருக்கலாம். முன்பு காய்ச்சல் வந்த பொழுது உடன் இருந்த உபாதைகள் வேறாக இருக்கலாம். இன்னும் எவ்வளவோ வேறுபாடுகள் முன் காய்ச்சலுக்கும், இப்போதைய காய்ச்சலுக்கும் இருக்கலாம். அதேபோல ஒரு காய்ச்சல் வந்த நபருக்கும் இன்னொரு காய்ச்சல் வந்த நபருக்கும் பலவும் வேறாக இருக்கலாம். இவற்றைப் பற்றி எதுவுமே யோசிக்காமல், தெரியாமல், அதே மருந்து சாப்பிடுவது போலத்தான், விற்பனையை உயர்த்துவதற்கு, எல்லோரும் ஒரே மாதிரி செயல்பாடுகளில் ஈடுபடுவதும்.

எதைச் செய்தாலும் அதற்குக் காரணம் இருக்க வேண்டும். அவற்றுக்கு நாம் முன்பு பார்த்த 'காஸ் & எஃபெக்ட்' உறவு இருக்க வேண்டும்.

நாம் பார்த்துக்கொண்டிருக்கும் உதாரணத்தில் வரும் வியாபாரி, இப்படி நினைக்கிறார். காரணம் அவருடைய பொருள்களின் தரம் ஏற்கெனவே சிறப்பானது. அதற்கு மேல் அதில் கவனம

செலுத்தத் தேவையில்லை. அதில் போடப்படும் பணம், கூடுதல் வியாபாரத்தினைப் பெற்றுத் தராது.

அதேபோல அவருடைய பொருள், அதன் தரத்திற்காக விற்கிறது. ஆகவே, அதனைக் கூடுதலாக விற்பனை செய்ய, அவர் இலவசங்கள் கொடுக்கவோ, கடைக்காரருக்குக் கூடுதல் கமிஷன் கொடுக்கவோ அல்லது வாடிக்கையாளர்களுக்கு இலவசங்கள் கொடுக்கவோ அவசியமில்லை என்று நினைக்கிறார்.

இப்படி அவர் முடிவு செய்ததற்கு இன்னும் சில கூடுதல் காரணங்களும் உண்டு. அவை, அவருடைய பொருள்கள் வாங்குபவர்களின் வருமானம் பற்றியது. அவர்கள் மத்திய தர வர்க்கத்தினர். அவர்களால் ஒரே சமயத்தில் கூடுதல் பணம் கொடுத்து வாங்க முடியவில்லை. அதனால்தான் அவர் பேக்கெட் அளவினைக் குறைக்க முடிவு செய்கிறார். அவர் கடைக்காரர் களுக்குக் கூடுதல் கமிஷன் கொடுக்கத் தேவையில்லை என்று நினைப்பதற்குக் காரணம், அவருடைய பொருளுக்கு சந்தையில் போட்டி மிகக் குறைவு. ஏற்கெனவே பொருளுக்கு வைக்கப் பட்டிருக்கும் விலையும் சரியானதுதான்.

கற்பனையாக எடுத்துக்கொண்ட இந்த உதாரணத்தில் வரும் வியாபாரிக்கு இது சரி, மற்ற வியாபாரிகள், அவரவர் பொருள்களின் தரம், விலை, போட்டியாளர்களின் பலம் போன்ற ஏனைய சந்தை யதார்த்தங்களை வைத்தே இவற்றை முடிவு செய்ய வேண்டும் என்று சொல்லத் தேவையில்லை. அது தெரிந்ததுதான். இப்படி அவர் முடிவு செய்துகொண்டுவிட்டால், அவருக்குத்தான் எவ்வளவு பலன். இனி அவர் நிம்மதியாக எந்தக் குழப்பமும் இல்லாமல் மேலே சொல்லப்பட்ட மூன்றே வேலைகளில் முழு கவனமும் செலுத்தலாம். அவைதான் அவருடைய வியாபாரத்தினை 1000இல் இருந்து 10,000 ஆக உயர்த்தப் போகும் 'கீ டிரைவர்'கள்.

வியாபாரம் செய்பவருக்கு இது சரி. மற்றவர்களுக்கு? அவருக்கு மட்டுமில்லை, முன்னேற்றம் அடைய விரும்பும் அனைவருக்குமே இதுதான் வழிமுறை. நாம் ஏற்கெனவே பார்த்திருக்கிறோம். செய்யக் கூடியவை, செய்ய வேண்டியவை பற்றி ஒரு பட்டியல். அதில் இருந்து அதிக நிச்சய பலனளிக்கும் சிலவற்றைத் தேர்வு செய்வது என்று. அதைத்தான் சற்று விரிவாகப் பார்த்திருக்கிறோம். இதோடு 'கீ டிரைவர்' தேர்வு முடிந்தது.

அடுத்து செய்ய வேண்டியது, 'கீ டிரைவர்'களின் வரைமுறை (Definition) எப்படி ஒரு கனவு என்பது, துல்லியமாக வரையறுக்கப்பட்டிருக்க வேண்டுமோ, அதேபோல,

'கீ டிரைவர்'களும் வரையறுக்கப்பட வேண்டும்.

கிரிக்கெட் பந்தயங்களில், முதலில் 'பேட்டிங்' செய்யும் அணிக்கும் இரண்டாவதாக 'பேட்டிங்' செய்யும் அணிக்கும் உள்ள வித்தியாசம் என்ன? இரண்டாவதாக ஆடும் அணிக்கு ஒரு சாதகம் இருக்கிறது. அது என்னவென்றால், அந்த அணிக்கு அது அடைய வேண்டிய இலக்கு என்ன என்பது முன்கூட்டியே தெரியும். அதனால், அந்த அணி வீரர்களால், தங்களின் 'பேட்டிங்'கைத் திட்டமிட்டுக் கொள்ள முடியும்.

முதல் ஐந்து ஓவர்களில் எப்படி ஆட வேண்டும்? அடுத்த ஐந்து ஓவர்களில் எப்படி ஆட வேண்டும் போன்றவை தவிர, யாரை முதலில் மட்டை பிடிக்க அனுப்பலாம்? என்பனவற்றைக்கூட அந்த அணியால் திட்டமிட்டுக்கொள்ள முடியும். மேலும் எவ்வளவு 'ரிஸ்க்' எடுத்து ஆட வேண்டும் அல்லது எது தேவையில்லாத ரிஸ்க் (இலக்கு குறைவான ஓட்டங்களாக இருக்கும் பட்சத்தில்) என்பனவும் தெளிவாக இருக்கும். காரணம், எட்ட வேண்டிய இலக்கு துல்லியமாகத் தெரிவதுதான்.

நமது திட்டமிட்ட முன்னேற்றத்திற்காக நாம் எடுத்துக் கொள்ளும் 'கீ டிரைவர்'களை எப்படி 'டிபைன்' (Define) செய்வது என்பது பற்றி அடுத்த அத்தியாயத்தில் பார்க்கலாம்.

13. எது, என்ன, எவ்வளவு?
என்கிற தெளிவு

*சா*தாரணமாக, வீட்டருகில் சிறுவர்கள் கிரிக்கெட் விளையாடு வதைப் பார்த்திருக்கிறோம். அவர்கள் விளையாடுவது எதற்காக? பொழுது போக்கிற்காக. அப்படி விளையாடும்போது, சிறுவர்கள் காலில் செருப்பு போட்டுக்கொண்டும், ஏன் அவற்றைக் கழற்றி வைத்து விட்டும் விளையாடுவதைப் பார்த்திருக்கிறோம். அவர்கள் கைகளில் கையுறை (கிளவுஸ்) ஏதும் அணிந்திருக்க மாட்டார்கள். அதேபோல கால்களுக்கும், பேட் (Pad) கட்டியிருக்க மாட்டார்கள். ஒரு மட்டையும் ஒரு ரப்பர் பந்தும் கொஞ்சம் இடமும் இருந்துவிட்டால் போதும். காரணம் அது வெறும் பொழுதுபோக்கு. அங்கே விளையாடும் அத்தனை சிறுவர்களுமே, அப்படிப்பட்ட மனநிலை மற்றும் தயாரிப்புடன்தான் விளையாடுவார்கள்.

அதே கிரிக்கெட் விளையாட்டினைக் கொஞ்சம் 'சீரியஸ்' ஆக எடுத்துக்கொண்டு விளையாடுபவர்களும் இருக்கிறார்கள். அப்படிப்பட்டவர்களையும் பார்த்திருக்கிறோம். அவர்கள் எப்படி ஆடுகிறார்கள்?

அதிக விலை கொடுத்து மட்டை தேர்வு செய்கிறார்கள். கையுறைகள், காலுக்குப் பேடுகள் தவிர இன்னும் தலைக்குக் கவசம், உயிர் ஸ்தானம் காக்க 'அப்டமன் கார்ட்' என்று கூடுதல் உபகரணங்களுக்குப் பணம் செலவழிக்கிறார்கள். அவற்றுடன்

தான் களம் இறங்குகிறார்கள். அவர்கள் விளையாடும்போதும் அதிக கவனத்துடன் விளையாடுகிறார்கள். விளையாட்டுதான். ஆனால், அதில் ஒரு ஒழுங்கும் நேர்த்தியும் தெரியும்.

இதற்கு அடுத்த கட்டமும் இருக்கிறது. அது தொழில்முறை விளையாட்டு. அப்படி விளையாடும் வீரர்கள் டெண்டுல்கர், டிராவிட், டோனி போன்றவர்களைத் தெரியாமல் இருக்கமுடியுமா? அதே கிரிக்கெட் விளையாட்டுதான். ஆனால், அவர்களின் உபகரணத் தேர்வுகளில்தான் எவ்வளவு வேறுபாடு?

தலைக் கவசம் போன்றவை தவிர, முழங்கைக்கு, தோள் பட்டைக்கு என்று இன்னும் கூடுதலான தற்காப்பு உபகரணங் களை அணிந்து கொள்கிறார்கள். இவ்வளவையும் அணிந்து கொண்டாலும், இலகுவாகவே விளையாட வேண்டும் என்பதற்காக, அந்த உபகரணங்கள் எல்லாம் எடையின்றி, அதே சமயம் உறுதியானவையாக இருக்க வேண்டும் என்று எதிர்பார்க்கிறார்கள். தேர்வு செய்கிறார்கள்.

அவர்களுடைய பயிற்சி நேரம் எவ்வளவு? அவர்களுக்குப் பயிற்சி கொடுப்பவர்கள் யார்? பயிற்சியாளர்கள் எவ்வளவு விவரம் அறிந்தவர்கள்? இவற்றிலும் மிக அதிக கவனம்.

இப்படி உயர்ந்த தயாரிப்பு மட்டுமில்லை. விளையாடும்போதும் அவர்களிடம் மிக அதிக நேர்த்தி வெளிப்பட்டாக வேண்டும். டிராவிட், டெண்டுல்கர், யுவராஜ் சிங் போன்ற சிறந்த கிரிக்கெட் வீரர்கள் மட்டை பிடித்து விளையாடும்போது, பந்து வீசுபவர் களை உன்னிப்பாகக் கவனிப்பார்களாம். ஓடிவந்து பந்து வீசுபவரின் பந்தைப் பிடித்திருக்கும் கை விரல்களை, அந்த வினாடிக்கும் குறைவான நேரத்தில் துல்லியமாக கவனித்தாக வேண்டுமாம்.

காரணம், பந்தை வீசுபவரின் கை விரல்கள், பந்தினை வீசும் (Delivering time) நேரம், வலப் பக்கமாகச் சுழற்றுகிறதா? அல்லது இடப் பக்கமாக சுழற்றுகிறதா? என்று பார்த்தாக வேண்டுமாம். அதைப் பொறுத்துத்தான், மட்டை பிடித்திருப்பவர் பந்தை அடிப்பதற்கு மட்டையைத் தூக்க வேண்டும்.

இது என்ன அவ்வளவு சிரமமா என்று சிலருக்குத் தோன்றலாம். அவ்வளவு சிரமம்தான். காரணம் பந்து சுமார் 140 கி.மீ. வேகத்தில் வீசப்படுகிறது. அதுவும் 22 யார்ட்ஸ் எனப்படும் மிக அருகில் இருந்து. அதனால்தான் திடீரென்று நிமிர்ந்துகொண்டு, எதிர்ப்பக்கம் பார்த்து கையசைக்கிறார்கள்.

'அங்கே தூரத்தில் வைக்கப்பட்டிருக்கும் கறுப்பு அல்லது வெள்ளை 'போர்டு' அருகே எவரோ நடமாடுகிறார்கள். அவர்களை வெளியேறச் சொல்லுங்கள். அல்லது போர்டு இருக்கும் இடம் சரியில்லை. நகர்த்தி வையுங்கள். வீசப்படும் பந்தினை என்னால் சரியாகக் கவனிக்க முடியவில்லை' என்பதுதான் அவர்கள் நடுவர்களிடம் அப்போது சொல்லுவது. அப்படி அவர்கள் சொல்லக் காரணம், பந்து வீசுபவரின் கை விரல் அசைவுகளை உன்னிப்பாக கவனிக்க வேண்டும். இல்லாவிட்டால் 'ஸ்டம்ப்' எகிறி விடும். பந்து வீசுபவரின் பின்புறம் எதுவும் இருக்கக்கூடாது. எவரும் நடமாடக்கூடாது. அப்போதுதான் துல்லியமாகப் பார்க்க முடியும்.

அவர்கள் அவுட் ஆகிவிட்டால், தேசத்தின் டீமே தோற்க நேரிடலாம். அதன் விளைவுகள், தாக்கங்கள் நிறைய. அவற்றைத் தவிர்த்தாக வேண்டும். அதற்காகத்தான் இவ்வளவு ஏற்பாடுகள்.

ஆம், எதற்காக கிரிக்கெட் விளையாட்டினைப் பற்றி இவ்வளவு விளக்கமாகப் பார்க்கிறோம். நிச்சயம் தொடர்பு இருக்கிறது.

மூன்று கட்டங்களிலும் செய்நேர்த்தி கூடிக்கொண்டே போவதைப் பார்த்தோம். காரணம் என்ன? விளையாடுபவர்கள் ஏன் அவ்வளவு முயற்சியும் சிரமமும் எடுத்துக்கொள்கிறார்கள்? வெற்றி பெற வேண்டும் என்கிற தாகம் அவர்களிடம் அதிகமாகிக்கொண்டே போகும். அதே நேரம் எதிர்ப்பும் அதிகமாகிக்கொண்டே போகிறது.

எதிரணியில் விளையாடுபவர்கள் திறமை, கவனம், அவா எல்லாம் அதிகம். அதனால் வெற்றி பெறுவது கடினமாகிறது. சூழ்நிலை சிரமமாகிறது. நம் பக்கத்து வீட்டுப் பையன் வீசும் பந்தினை விளாசுவதற்கும், பாகிஸ்தானின் 'ராவல் பிண்டி எக்ஸ்பிரஸ்' என்று செல்லமாக அழைக்கப்படும் சோயப் அக்தர் வீசும் பந்தினை எதிர்கொள்வதற்கும் எவ்வளவு வித்தியாசமிருக்கிறது.

அதைத்தான் When the going gets tough, the tough gets going என்று சொல்வார்கள். நிலைமை கடுமையாக, கடுமையாக, வலுவானவர்கள்தான் முன்னேறுவார்கள். மிகவும் அதிக ஊதியம் கிடைக்கக்கூடிய வேலைக்கான போட்டி எப்படியிருக்கும்? அதிக லாபம் தரும் வியாபாரத்தில் போட்டி சுலபமானதாகவா இருக்கும்? எவரெஸ்ட் போன்ற மலை உச்சியில் ஏறுவதற்கான சூழ்நிலை என்ன செளகரியமானதாகவா இருக்கும்? இலக்கு எவ்வளவுக்கு எவ்வளவு விரும்பத்தக்கனவாக இருக்கிறதோ,

அவ்வளவுக்கு அவ்வளவு அதைப் பெறுவதற்குப் போட்டி இருக்கும்.

முன்னேற வேண்டுமெனில், நம்மை வலுவானவர்களாக ஆக்கிக் கொள்ள வேண்டும். காரணம் போட்டி அப்படி. சூழ்நிலை அப்படி. வாழ்க்கையில் முன்னேறுவதற்கு, தெருவில் கிரிக்கெட் விளையாடுவதற்கான மன நிலையும், அதற்கான தயாரிப்பும் இருந்தால் போதாது. தொழில்துறை விளையாட்டு வீரர்கள் காட்டும் அக்கறை, பயிற்சி, முயற்சி, தீவிரம், முனைப்பு, கவனம், எல்லாம் வேண்டும். அவர்கள் உபகரணங்கள் தேர்வு செய்து ஆடுகளம் எப்படி என்பதைக் கணித்து, எதிரணியினர் எப்படி என்று ஆராய்ந்து, அதற்கு ஏற்ப மாற்றி ஆடுவதுபோல, முன்னேற விரும்புபவர்களும் நுண்ணிய பார்வையும், தேர்ந்த செயல்பாடுகளும் உடையவர்களாக மாற வேண்டும்.

அப்படிச் செய்யும்போது வெற்றியைத் தவறவிடவே முடியாது. வெற்றியை நிச்சயப்படுத்திக்கொள்ள முடியும். அப்படி வெற்றியை நிச்சயமாக்கும் வழிமுறைகளில் ஒரு பகுதிதான் 'கீ டிரைவர் வரைமுறை' (Defining the Key Drivers).

ஒரு மாணவன், நன்கு படித்து முன்னேற வேண்டும் என்ற ஆவலில் இருக்கிறான். அவனுடைய முன்னேற்றத்துக்கான 'கீ டிரைவர்'களில் ஒன்று படிப்பில் வெற்றி. அந்த 'கீ டிரைவரை' அவன் எப்படி வரையறுப்பது. வரையறுப்பது என்றால், அது என்ன என்று தெளிவாக முடிவு செய்வது. 'இதில் என்ன இருக்கிறது தெளிவாக முடிவு செய்வதற்கு?' என்ற கேள்வி வரலாம். அப்படி கேள்வி வந்தால், அது street Cricket Preparation அளவுதான். ஆமாம். தொழில்முறை விளையாட்டு வீரர் அணுகுமுறை வேறுவிதமானது.

படிப்பில் வெற்றி என்றால், அவன் விரும்புவது பள்ளி நடத்தும் தேர்வில் வாங்க வேண்டிய மதிப்பெண்களா? அல்லது வகுப்பில் வாங்க வேண்டிய ரேங்கா? அல்லது மாவட்ட, மாநில அளவுகளில் வாங்க வேண்டிய ரேங்கா? இப்படி குறிப்பாக எதில் என்பதில் முதலில் முடிவுக்கு வருவது. ஒவ்வொன்றுக்கும் இடையே வித்தியாசம் இருக்கிறது.

நாம் சென்ற அத்தியாயத்தில் பார்த்த வியாபாரம் செய்பவர்,

● விற்பனை செய்யும் பொருள்களை அதிகப்படுத்துவது.

- பொருளில் 'பேக்கெட் சைஸ்'களை மாற்றி, சிறிய அளவுகளாக்குவது.

- புதிய இடங்களில், கடைகளில் பொருள்களை விற்பனைக்கு அனுப்புவது.

என்ற மூன்று 'கீ டிரைவர்'களைத் தேர்வு செய்திருந்தார் அல்லவா? அவற்றில் ஒன்றை மட்டும் எடுத்து அதற்கு வரையறை செய்து பார்ப்போம். முதலாவதாக இருக்கும் 'விற்பனை செய்யும் பொருள்களை அதிகப்படுத்துவது.'

விற்பனை செய்யும் ஆட்கள் என்றால் யார்?

1. கடையில் இருப்பவர்களா? அல்லது,

2. கடையில் இருந்து வெளியே எடுத்துச் சென்று டெலிவரி செய்பவர்களா? அல்லது,

3. விற்பனைப் பொருளின் மாதிரிகளை எடுத்துச் சென்று, விளக்கிச் சொல்லி, விற்பனை அளவினை அதிகப்படுத்து பவர்களா?

இதனை வரையறை செய்ய வேண்டும். எந்த 'கீ டிரைவ'ரையும் முதலில் அது எதெல்லாம் இல்லை (What is not) என்பதில் தெளிவாக இருக்க வேண்டும். அப்போதுதான் தேவையில்லாத வற்றுள் நமது முயற்சிகள் போய், வீணாகாது.

விற்பனை செய்யும் ஆட்கள் என்று அந்த வியாபாரி முடிவு செய்வது, மேலே குறிப்பிடப்பட்டுள்ள வகைகளில் (2) மற்றும் (3) சேர்ந்த மாதிரியான புது வகை (Role) நபர் என்று வைத்துக் கொள்வோம். அதாவது டெலிவரி ஆள்தான். ஆனால், அவரால் தெளிவாகப் பேசவும் முடிய வேண்டும். அப்படிப்பட்ட ஆட்களைத்தான் எடுக்க வேண்டும். சரி.

அடுத்தது, அப்படி எத்தனை நபர்கள்? 20 நபர்கள். எடுத்தவுடனேயே 20 நபர்களும் வேண்டுமா? முதலில் பத்து பேர். அடுத்த இரண்டு மாதத்தில் இன்னும் பத்து பேர் சரி. முதல் பத்து பேர் எப்போதைக்குள் வேலையில் சேரவேண்டும்? அவர்கள் விற்பனைப் பொருளின் 'பேக்கிங் சைஸ்' மாற்றியதும் வந்தால் போதும். எப்போது பேக்கிங் சைஸ் மாற்றப்படும்?

இப்படி வரிசையாக சரியான கேள்விகள் கேட்டுக்கொண்டு, அவற்றுக்குச் சரியான பதில்களைக் கண்டுபிடித்து, எவை?

எங்கே? என்ன அளவில்? நாம் செய்ய வேண்டும் என்கிற முடிவுகளுக்கு வந்து விடலாம். எல்லாம் நன்கு யோசித்து எடுக்கப்பட்ட முடிவுகள். ஒன்றோடு ஒன்று ஒத்துப் போகும் (Clash ஆகாத) முடிவுகள். இந்த என்ன, எங்கே, எப்போது, எவ்வளவு, யாரால் என்பனதான் வரையறையின் பலன்கள்.

இப்படி முடிவு செய்துகொண்டால் எப்படிப்பட்ட ஆட்களை வேலைக்கு எப்போது என்ன எண்ணிக்கையில் எடுக்கவேண்டும் என்பது தெளிவாக, 'கீ டிரைவர்' நிச்சயம் சாத்தியமாகும். தவறு நிகழ்வதற்கான சாத்தியம் மிகவும் குறைவாகிவிடும். முன்னேற்றத்துக்கான எந்த 'கீ டிரைவ'ரையும் இப்படி வரையறை செய்ய முடியும். செய்ய வேண்டும். இதெல்லாம் என்ன வேலை? இப்படியா ஒவ்வொன்றையும் பிரித்துப் பிரித்துப் பார்த்துக் கொண்டிருப்பது? என்று சந்தேகம் வரக் கூடாது., Should have an eye for details என்பார்கள். மேலோட்டமான அணுகுமுறை போதாது.

தேறான் தெளிவும், தெளிந்தபின் ஐயுறுதலும் என்ன தரும் என்று வள்ளுவர் சொல்லியிருக்கிறாரே, நாம் இப்போது செய்தது தேறித் தெளிவுறுதல்தான். நம் வீட்டில் உள்ள படிக்கும் அறைச் சுவரில் இருக்கும் ஒரு பொத்தானை (சுவிட்ச்) அழுத்தினால், மின்சார விளக்கு ஒளிர்கிறது. அப்படி ஒளிர்வதற்கு எத்தனை விஷயங்கள் சரியாக இருக்க வேண்டியுள்ளது.

விளக்கில் உள்ள இணைப்பு, அந்த இணைப்புக்கும் சுவிட்சுக்கும் உள்ள இணைப்பு, சுவிட்சுக்கும் வீட்டின் மெயின் சுவிட்சுக்கும் உள்ள இணைப்பு, மெயின் சுவிட்சுக்கும் டிரான்ஸ்பார்மருக்கும் உள்ள இணைப்பு, டிரான்ஸ்பார்மருக்கும் இன்னும் மின்சாரம் தயாரித்து வழங்கப்படும் இடங்களுக்கும் இடையே உள்ள எத்தனையோ இணைப்புகள். இவையெல்லாம், எல்லாம் என்றால் எல்லாமும் சரியாக இருந்தால் மட்டுமே விளக்கு, நாம் சுவிட்ச் போட்டதும் ஒளிரும்.

அவை ஒவ்வொன்றும் முக்கியம். எதையும் அலட்சியப்படுத்தி விட முடியாது. அதில் எது சரியாக இல்லாவிட்டாலும் விளக்கு ஒளிராது. விட்டுப்போகும் ஒரு சின்ன இணைப்புகூட, மற்ற தெல்லாம் சரியாக இருந்தாலும், ஒளிர்வதைக் கெடுத்து விடும். நம் முன்னேற்றம் எதனாலும் தடைபடக்கூடாது. அதனால், எதையும் சிறிதென்றுவிட மாட்டோம். 'கீ டிரைவர்' வரைமுறை செய்வோம்.

14. எப்படிப் போகிறது
என்கிற பார்வை

அந்த வகுப்பில் மொத்தம் முப்பதுக்கும் அதிகமான மாணவர்கள். மாணவர்கள் நன்றாகப் படித்தார்கள். மாதங்கள் சில ஓடின. ஆசிரியர் முன் போலவே, தொடர்ந்து நன்றாகச் சொல்லிக் கொடுத்து வந்தார். ஆனாலும், ஏனோ, மாணவர்களின் படிக்கும் ஆர்வத்தில் பின்னடைவு ஏற்பட்டது. போகப் போக ஆர்வம் குறைந்தது. அதற்குக் காரணம் யார்?

அதே ஆசிரியர்தான்.

என்ன இது! ஆசிரியரா? அவர்தான், பாடங்களைச் சரியாகச் சொல்லிக் கொடுக்கிறாரே! பிறகென்னவாம்? சொல்லிக் கொடுப்பது தவிர, ஆசிரியர் வேறு என்ன செய்ய வேண்டும் என்று எதிர்பார்க்கிறீர்கள்?

கேட்கலாம்; சொல்லிக் கொடுக்கும் ஆசிரியருக்கு இன்னொரு முக்கியமான வேலையும் இருக்கிறது.

அது, அவ்வப்போது மாணவர்களுக்குத் தேர்வு நடத்துவது.

தேர்வு நடத்தி, அதில் எவ்வளவு மதிப்பெண்கள் பெற்றார்கள் என்பதை ஒவ்வொரு மாணவருக்கும் தெரிவிப்பது. இப்படியே தொடர்ந்து செய்ய, படிக்கிற மாணவன் மட்டுமல்ல, படிக்காத

மாணவனும் படிக்கும் ஆர்வம் பெறுவான். What gets measured, gets improved என்பார்கள். ஆமாம். அளக்காதது எதையும் முன்னேற்ற முடியாது. அது படிப்போ, வியாபாரமோ அல்லது செல்வமோ அல்லது வாழ்க்கையின் முன்னேற்றமோ.

'நாம் செய்ததற்குப் பலன் என்ன?' என்று தெரிந்துகொள்வதும் பலன் இருக்கும் பட்சத்தில் மகிழ்ச்சியடைந்து, ஊக்கம் பெற்று, பின் அதிக முயற்சி எடுப்பதும் அல்லது பலன் இல்லாத பட்சத்தில் கோபமாய், 'பலன் பெற்றே தீருவது' என்கிற நோக்கத்தில் முயற்சி எடுப்பதும் மனித இயல்பு.

நடுத்தர வயதுக்காரர் ஒருவரிடம் மருத்துவர் சொன்னார். 'உங்க ரத்தத்தில் சர்க்கரை அதிகரித்திருக்கிறது.'

'அடடா! ரத்தத்தில் சர்க்கரையா! எவ்வளவு இருக்கிறது டாக்டர்?'

'பயப்படுகிற அளவுக்கு அதிகமில்லை ஆனாலும், நீங்கள் ஜாக்கிரதையாக இருக்க வேண்டும். இனிப்பு மற்றும் மாவுச் சத்துள்ள பண்டங்களைக் குறைத்துக் கொள்ளுங்கள்.'

'அப்படியா டாக்டர்? சரி சரி.'

'தினசரி விடாமல் நடைப் பயிற்சி மேற்கொள்ளுங்கள்.'

'சரி டாக்டர்.'

ஒரு மாதம் ஆகியிருக்கும். முன்பு உரையாடிய அதே இருவர். 'இப்ப சர்க்கரை எவ்வளவு இருக்கு டாக்டர்?'

'இப்பவும் கொஞ்சம் 'பார்டர்'லதான் இருக்கு. சரி என்ன சாப்பிட்டீர்கள்?'

'இனிப்பை ஓரளவு குறைச்சுத்தான் சாப்பிட்டேன் டாக்டர்.'

'ஓரளவெல்லாம் பத்தாது. நிறையக் குறைக்கணும். சரிங்களா. ஜாக்கிரதை.'

'சரி டாக்டர்.'

ஆனாலும் அந்த நடுத்தர வயதுக்காரருக்கு, உணவுக் கட்டுப்பாட்டில் பெரிய ஆர்வம் வந்துவிடவில்லை. காரணம் அவர் எடுக்கும் முயற்சிகளுக்கு என்ன பலன் என்பது அவருக்குச் சரியாகத்

தெரியவில்லை. அதே உரையாடல்கள் வேறு விதமாக இருந்திருக்குமானால், அவருக்கு ஊக்கம் வந்திருக்கலாம்.

முதல் மாதம், 'உங்களுக்கு 202 மி.கி.சர்க்கரை இருக்கிறது. நீங்கள் ஜாக்கிரதையாக இருக்கவேண்டும். இனிப்பு மற்றும் மாவுச் சத்துள்ள பண்டங்களைக் குறைத்துக்கொள்ளுங்கள். நடைப்பயிற்சி மேற்கொள்ளுங்கள்.'

அடுத்த மாதம், 'இப்ப ரத்தத்தில் உள்ள சர்க்கரை அளவு, 196 மி.கி. ஆகக் குறைந்திருக்கு. இதுவும்கூட இருக்கவேண்டிய அளவைவிடவும் அதிகம்தான். ஜாக்கிரதை.'

'நன்றி டாக்டர். உண்மையைச் சொல்லவேண்டுமென்றால், போன மாதம் முழுக்க, என்னால் முழுசா இனிப்பை முழுவது மாக விட முடியவில்லை. காபிக்குக்கூட சர்க்கரையை விடவில்லை. ஆனால், சர்க்கரை அளவு 203இல் இருந்தது 196 ஆகக் குறைந்திருக்கிறதே! அதுதான் ஆச்சரியமாக இருக்கிறது!'

'அப்படியா? காபிக்குக்கூட சர்க்கரையை விடவில்லையா? அப்படியும் குறைந்திருக்கிறதே! சரி, வேற என்ன செய்தீர்கள்? நடைப் பயிற்சி செய்தீர்களோ!'

'ஆமாம் டாக்டர், தினமும் விடாமல் நடந்தேன்.'

'அதான்.'

இப்படி நடந்த உரையாடலுக்குப் பிறகு, அவர் தொடர்ந்து நடைப் பயிற்சி செய்வாரா, மாட்டாரா? நிச்சயம் செய்வார். சர்க்கரை குறைந்த அளவு என்பது, மிகச் சொற்பமான 6 மி.கி. ஆக இருக்கலாம். ஆனாலும், அளவு குறைந்திருக்கிறது என்பது அவருக்குத் தெரிந்து விட்டது. அதுதான் பலன், தகவல். அதுதான் முக்கியம்.

அளந்ததனால் வந்த பயன். துல்லியமாக அளக்காவிட்டால், குறைந்திருப்பதே தெரியாது. பலன் தெரியாது - அதனால் பலன் அளிக்கவில்லையோ என்று நினைத்துக்கொள்கிற செயல்களைச் செய்ய ஆர்வம் குறைந்து போகும். வராது.

மேலே பார்த்த ஆசிரியர், பாடம் நடத்தினார். ஆனால், இடையிடையே தேர்வுகள் நடத்தவில்லை. அதனால்

மாணவர்களுக்கு, படிப்பில் அவர்களின் முன்னேற்றம் பற்றி, சரிவர, நிச்சயமாகத் தெரியவில்லை. அதனால் அவர்கள் ஆர்வம் குறைந்து போனார்கள். அவர்களின் முன்னேற்றம் தடைப்பட்டது.

கவனிக்கப்படும் எதுவும் சீர்தூக்கிப் பார்க்கப்படும், விமர்சிக்கப் படும். எதுவும் வளரும். சொல்லப் போனால் எதிர்ப்பில்கூட வளரும். ஆனால், ஏதும் சொல்லாமல், கண்டு கொள்ளப் படாமல் விடப்பட்டால் ஆர்வம் தூர்ந்துவிடும். இதனை உணர்ந்துதான், நிறுவனங்களில் முறையான Performance Managemet Programகள் தேவை என்கிறார்கள். வைத்திருக்கிறார்கள்.

●

அந்த நிறுவனத்தில் வருடா வருடம் பாதுகாப்பு நாள் (Safety Day) கொண்டாடப்படும். வெளியில் இருந்து யாராவது பிரமுகரை அழைத்து வந்து பேசச் சொல்லுவார்கள். ஊழியர்களிடம் விழிப்புணர்வு ஏற்படுத்த பாதுகாப்பினை ஒட்டிய, வாக்கியப் போட்டி, கட்டுரைப் போட்டிகள் நடத்துவார்கள்.

நான் அந்தத் தொழிற்சாலையில் பொறுப்பில் இருந்தபோது ஊழியர்கள் தெரிந்துகொள்ள வேண்டிய அடிப்படை தொழிற்சாலைப் பாதுகாப்பு விதிகளை, நடைமுறைகளைப் பற்றி, அவர்கள் முழுவதும் தெரிந்துகொள்ளவேண்டும் என்று நினைத்தேன். அதேபோல இது போன்ற கொண்டாட்டங்களில் கலந்துகொள்ளாமல் ஒதுங்கும் ஊழியர்களையும் நிகழ்ச்சிகளில் ஈடுபடுத்த விரும்பினேன்.

பாதுகாப்பு விதிகள் பற்றிய தேர்வு ஒன்று அறிவித்தேன்.

'தேர்வா?'

'ஆமாம். அதில் எவ்வளவுக்கு எவ்வளவு அதிகமான மதிப்பெண்கள் வாங்குகிறீர்களோ, அதற்கு ஏற்ப பரிசு!'

'பரிசா! நல்லது. ஆனாலும், 'சேப்டி' (பாதுகாப்பு) கொஞ்சம் கடினமான 'சப்ஜெக்ட்' ஆயிற்றே சார்! எப்படி எல்லோராலும் அதிக மதிப்பெண்கள் வாங்க முடியும்?'

'ஏன் வாங்க முடியாது? கேள்விகளைத்தான் தேர்வுக்கு முன் நாளே சொல்லி விடுவேனே? அதுவும் அறிவிப்புப் பலகை மூலம் எல்லா ஊழியர்களுக்குமே.'

'அட! கேள்விகளை முன்கூட்டியே சொல்லி விடுவதா? இது நல்லாயிருக்கே சார். இருந்தாலும் சரியான பதில்கள் கொஞ்சம் சிரமம்தானே!'

'எல்லாம் ஒரு சொல் விடைகள்தான் தம்பி. தவிர...' நான் அடுத்துச் சொல்லியதுதான் அவர்களை மிகவும் ஆச்சரியப் படுத்தியது. 'கேள்விகளை மட்டுமல்ல, விடைகளையும் முன்கூட்டியே தந்து விடுவோம்.' மீண்டும் நினைவுபடுத்தினேன். 'வாங்கும் மதிப்பெண்களுக்கு ஏற்ற அளவு பரிசுகள்.'

●

சொல்லியபடிச் செய்தோம். பாதுகாப்பு நாள். உணவகம் இடம் கொள்ளவில்லை. கலந்துகொள்ளாத ஊழியர்கள் மிக மிகக் குறைவு. விடைத் தாள்களைத் திருத்தினோம். மிக அதிகமான ஊழியர்கள் நூற்றுக்கு எண்பது (80/100) மதிப்பெண்களுக்கும் அதிகமாக வாங்கினார்கள். ஊழியர்கள் அனைவரும் பாதுகாப்பு பற்றி நன்றாகத் தெரிந்துகொண்டார்கள் என்கிற திருப்தியுடன் பரிசுகளை அள்ளிக் கொடுத்தது நிறுவனம்.

அவ்வளவு ஊழியர்களை ஆர்வத்துடன் கலந்துகொள்ள வைத்தது எது? தேர்வு விடைகளை முன்பே தெரிந்துகொண்டிருந்தாலும் நினைவு வைத்துக்கொண்டு வந்து எழுதவேண்டுமே! பரிசுகளை விட, தாங்களும் தேர்வில் கலந்துகொண்டோம்; கலந்து கொண்டு எவ்வளவு மதிப்பெண்கள் பெற்றோம்? என்கிற பார்வை, தன்னால் எவ்வளவு முடிகிறது என்பதைத் தெரிந்து கொள்ளும் ஆர்வம். இது எவரிடமும் உண்டு.

வாழ்க்கையும் ஒரு தேர்வுதானே! அதில் நாம் வெற்றி பெற வேண்டும் என்கிற ஆசையுடன், 'நாம் வெற்றி பெறுவோமா? அதற்கான சரியான பாதையில்தான் போகிறோமா?' என்று சரி பார்த்துக்கொள்ள எவருக்குத்தான் ஆசையிருக்காது?

அப்படி அவ்வப்போது சரி பார்த்துக்கொள்வதுதான், மாணவர் களுக்கு, ஆசிரியர்கள் வைக்கும் வாராந்திர, மாதாந்திர டெஸ்ட்டுகள்; காலாண்டு, அரையாண்டுத் தேர்வுகள் போன்றவை.

இலக்கு நிர்ணயித்துக் கொண்டாயிற்று. இலக்கு நோக்கி இட்டுச் செல்லும் குதிரைகளையும் ('கீ டிரைவர்'களையும்) தேர்வு செய்தாயிற்று.

இனி, அந்தக் குதிரைகள் போகும் பாதை சரியானதுதானா? என்று பார்த்துக்கொள்ள வேண்டியது அவசியம். எவ்வளவு வேகம் போகிறோம்? அடைய வேண்டிய இலக்கினை எவ்வளவு நெருங்கி விட்டோம்? இன்னும் எவ்வளவு தூரம் இருக்கிறது?

இவை பற்றிச் சரியான, துல்லியமான தகவல்கள் நமக்குத் தேவை. வாங்கும் மதிப்பெண்கள்போல, குறையும் சர்க்கரையின் அளவுபோல, நமது இலக்கு நோக்கிய பயணத்தில் நாம் எவ்வளவு தூரம் இருக்கிறோம் என்பதை அவ்வப்போது தெரிந்து கொள்ளவேண்டும். அப்போதுதான் தொடர்ந்து முயற்சிகள் எடுக்க ஆர்வம் வரும். முயற்சிகள் போதுமா, போதவில்லையா என்று தெரிய வரும். இன்னும் என்ன செய்ய வேண்டும் என்கிற தெளிவு கிடைக்கும்.

குறிப்பிட்ட காலங்களில் அடைய வேண்டிய இடை இலக்குகளை, 'மைல் ஸ்டோன்ஸ்' என்கிறார்கள். மைல் கற்கள், வாழ்வில் முன்னேற்றத்தின் By Chance அல்லது By Luck மூலம் அல்ல, இப்படி By Design மூலம் அடையலாம்.

முன்னேற்றத்திற்கான நிச்சய வழிமுறையின் ஒரு முக்கியப் பகுதிதான், இப்படிப்பட்ட மைல் கற்களை முடிவு செய்வது.

மைல் கற்களை முடிவு செய்வது எப்படி?

15. வெற்றிப் பாதையில் மைல் கற்கள்

சண்முகம், சென்னையில் வசிப்பவர். ஒரு முக்கிய வேலை காரணமாக அவர் நெய்வேலி போக வேண்டி வந்தது. மாலை ஆறு மணிக்கு நெய்வேலியில் இருந்தாக வேண்டும். ஒரு வாடகைக் காரில் போக முடிவு செய்தார். அலுவலகத்தில் வேலை முடிந்து, கிளம்புவதற்கு மதியம் இரண்டு மணி ஆகிவிட்டது.

சென்னையில் இருந்து விக்ரவாண்டி வரை, சாலைகள் நன்றாக இருக்கும் என்பதால், ஆறு மணிக்குள் நிச்சயம் நெய்வேலி போய்ச் சேர்ந்துவிட முடியும் என்று நினைத்தார்.

வண்டியை ஓட்டும் டிரைவருக்கு 20, 21 வயது இருக்கலாம். இளைஞன். கார் கிளம்பியது. இரவு அதிக நேரம் கண் விழித்து வேலை செய்திருந்ததால், கார் கிளம்பியதுமே சண்முகத்துக்கு கண்களை இழுத்தது. தூக்கம் வந்துவிட்டது. அசந்து தூங்கிவிட்டார்.

நல்ல தூக்கம். விழிப்பு வந்ததும் அவசரமாக கைக் கடிகாரத்தினைப் பார்த்தார். 'அடா! மணி ஐந்தரை. இன்னும் அரை மணி நேரத்தில் நெய்வேலியில் இருந்தாக வேண்டும்!' மனதுக்குள் சின்னதாகப் பதட்டம் வந்தது. அவருடைய கண்கள் கார் ஜன்னலுக்கு வெளியே அலை பாய்ந்தன. நெய்வேலிக்கு இன்னும் எவ்வளவு தூரம் இருக்கிறது என்று தெரிந்துகொள்ளும் ஆவல். ஆனால், அவரால் தெரிந்துகொள்ள முடியவில்லை. 'என்ன டிரைவர் தம்பி, மணி அஞ்சரை ஆயிடுச்சே, இப்ப எங்கே இருக்கோம்? நெய்வேலியை நெருங்கிட்டமா?'

கவனம் சாலையில் இருந்தாலும் அப்படியே கண்களை மட்டும் உயர்த்தி, தலைக்கு மேலிருந்த 'ரியர் வியூ' கண்ணாடியில், பின் சீட்டில் இருந்த சண்முகத்தினைப் பார்த்து, 'இல்லைங்கைய்யா... இப்பத்தான் விக்ரவாண்டி கிட்ட வர்றோம். நெய்வேலி போக, இன்னும் இரண்டு மணி நேரம் ஆயிடுமுங்க. பண்ருட்டி, காடாம்புலியூர், அப்புறம்தான் நெய்வேலி டவுன்ஷிப். எப்படியும் ஏழரை மணி ஆயிடுமுங்க.'

'என்னப்பா சொல்ற? இப்பத்தான் விக்ரவாண்டி வர்றமா? ஏன்? என்ன ஆச்சு?'

'என்னன்னு தெரியலைங்க. வண்டி 'ஸ்பீடு' எடுக்க மாட்டேங்குது. 'ஆக்ஸிலேட்டரை' அழுத்தினாலே, ஏதோ கடா முடான்னு சத்தம் வேறு வருது. பிரச்னை வேணாண்ணுட்டு மெதுவாகவே ஓட்டி வர்றேணுங்க.'

'என்னப்பா நீ! இதை எங்கிட்ட முன்னாடியே சொல்லியிருக்கக் கூடாதா! நான், வேற வண்டி மாற்றியாவது போயிருப்பேனே! இப்பவே மணி ஐந்தரை ஆகுதேப்பா. இன்னும் 90 கிலோ மீட்டருக்கு மேல போயாகணுமே. இனி என்னதான் செய்தாலும், அரை மணியில் நெய்வேலி போக முடியாதே!'

மீண்டும் நிமிர்ந்து, ரியர்வியூ கண்ணாடி வழியாக சண்முகத்தின் முகத்தினைப் பார்த்து, டிரைவர் சொன்னார்: 'கரெக்டுங்கைய்யா. உங்ககிட்ட சொல்லலாம்னுதான் பார்த்தேன். ஆனா நீங்க நல்லா தூங்கிட்டீங்களே. எழுப்பலாமான்னு தெரியலை.'

சண்முகம் வண்டியில் தூங்கிவிட்டார். அதனால் தாமதம். அதிலும் முக்கியமாக அதன் பிறகு சரி செய்ய முடியாத தாமதம். பிரச்னை ஆரம்பமானவுடனேயே கவனித்திருந்தால், மாற்று ஏற்பாடு செய்து நெய்வேலிக்குச் சற்று முன்னே (பின்னே) போயிருக்கலாம்.

ஆனால், கவனிக்கவில்லை. அவருடைய திட்டத்தில் குறையில்லை தான். அவர் ஏதும் செய்ய முடியாததைச் செய்யத் திட்ட மிட்டிருக்கவில்லை. ஆனாலும், முடிவு? செயல் முடியவில்லை. தவறிவிட்டது.

வண்டி வேகமெடுக்காததும் அப்படி ஒரு பெரிய பிரச்னை இல்லை. வண்டியில் இருந்த பிரச்னையைக் கண்டுபிடிக்கவும்,

சரி செய்யவும் தாமதமாகும் என்று தெரிந்தவுடனேயே முயற்சி செய்திருந்தால், மாற்று ஏற்பாட்டுடன் போய்ச்சேர்ந்திருக்கலாம்.

மொத்தத்தில் அது தவற விடப்பட்ட வாய்ப்பு. காரணம்? எல்லாம் திட்டமிட்டபடிதான் நடக்கிறதா? என்று தொடர்ந்து கண்காணிக்காமல் விட்டதுதான். தொடர்ந்த கண்காணிப்பு என்றால், அரை மணிக்கு ஒரு தரம், ஒரு மணி நேரத்திற்கு ஒரு தரம், என்ன, எவ்வளவு தூரம் வந்திருக்கிறோம் என்கிற சரிபார்ப்பு.

சண்முகம் ஒரு நெய்வேலிப் பயணத்தில் கோட்டை விட்டது போல், சிலர் வாழ்க்கையிலேயே கோட்டை விடுகிறார்கள். சண்முகம் வண்டியில் தூங்கினார். சிலர் வாழ்க்கையில் தூங்குகிறார்கள். தாமதமாக விழித்துக்கொண்டு, அதன் பின், ஏதும் செய்ய முடியாமல் வருத்தப்படுகிறார்கள்.

'படிக்கிற காலத்துல படிப்பது, விதைக்கிற காலத்துல விதைப்பது என்பது மட்டுமல்ல. விதைத்தது வளர வேண்டிய காலத்திற்குள் வளர வேண்டிய அளவு வளருகிறதா என்று பார்ப்பதும் முக்கியம். இதனை, முன்னேற்றங்களை அட்டவணைப் படுத்துவது 'கேலண்டரைசிங் த இம்ப்ரூவ்மெண்ட்ஸ்' (Calendarising the Improvement) என்று சொல்லலாம்.

முன்னேறும் திட்டத்தில், இந்த 'முன்னேற்றங்களை அட்டவணைப்படுத்துவது' என்பதும் ஒரு முக்கிய பகுதி. எவை எவை, எப்போது, எந்த அளவில் முடிய வேண்டும்? அதற்கான கால அளவு என்ன? இறுதி இலக்கினை மட்டுமல்ல, இடை இலக்குகளையும் (Mile Stones) முடிவு செய்வது அவசியம்.

சரியாக யோசித்து முன்கூட்டியே திட்டமிட வேண்டும். எவ்வளவு நேரத்திற்கு தாம்பரம் வர வேண்டும், எத்தனை மணிக்குள் மேல்மருவத்தூர், அடுத்து எப்போது விக்ரவாண்டி என்பதுபோல, 'மைல் ஸ்டோன்ஸ்' இடை இலக்குகள் திட்டமிட்டுக்கொண்டு, சரி பார்த்திருந்தால், எதிர்பாராத தாமதம் சரி செய்யப்பட்டிருக்கும்.

சரியாக வகுக்கப்பட்ட இடை இலக்குகள் ஒவ்வொன்றையும் அடைந்தால், இறுதி இலக்கினை அடைவதும் உறுதி.

●

ஒரு சர்வதேச கிரிக்கெட் அணி பந்தயத்தில் இருக்கிறது. எதிர் அணியினர் அவர்களுக்கான ஐம்பது ஓவர்களில் 299 ரன்கள் குவித்து விட்டனர். 300 ரன்கள் என்பது வெற்றிக்கான இலக்கு. அதை அடைவது எப்படி? அதற்கும் இடை இலக்குகள் செய்ய முடியுமா?

செய்கிறார்கள். 300 ரன்கள் எடுப்பதற்கு இருக்கும் அவகாசம், நேரம் என்பது இங்கே, 50 ஓவர்கள். அதுதான் நமக்கு மொத்தம் 50 ஓவர்கள் இருக்கிறதே, பிறகு பார்த்துக்கொள்ளலாம் என்று, 40 ஓவர்கள் அசட்டையாக ஆடிவிட்டு, கடைசி பத்து ஓவர்களில் பதட்டப்பட்டு என்ன செய்ய முடியும்? இறுதி ஓவர்களில் ஆடுபவர்களுக்கு பாரம் அதிகமாகி, தவறுகள் கூடும். தொல்லைகள் (விக்கெட் விழுவது) அதிகரிக்கும். வெற்றி கேள்விக்குறியாகிவிடும்.

பத்து ஓவர்கள் முடிவில் என்ன அளவு ரன்கள் எடுத்திருக்க வேண்டும்? இருபதாவது ஓவர் முடிவில்? 30ஆவது, 40ஆவது ஓவர் முடியும் தறுவாய்களில் என்ன அளவு ரன்கள் எடுத்திருக்க வேண்டும் என்று முடிவு செய்துகொள்வதுதான் இடை இலக்குகள். இப்படித்தான் செய்கிறார்கள். வெற்றி பெறுகிறார்கள். திட்டமிட்ட வெற்றி.

●

எல்லா முயற்சிகளும் பலனளிக்கும் என்று சொல்ல முடியாது. ஆனாலும் வெற்றியைத் தவற விடக்கூடாது என்றால், ஒரு முயற்சி பலனளிக்காமல் போகப் போகிறது அல்லது போய் விட்டது என்று முன்கூட்டியே இல்லை என்றாலும், உடனடியாகவேனும் தெரிந்துகொண்டு, சற்றும் தாமதிக்காத மாற்று முயற்சி எடுப்பது. இதுதான் வெற்றிக்கும் உத்தரவாதம். இதனை சாத்தியமாக்குவதுதான் 'முன்னேற்றங்களை அட்டணைப் படுத்துவது.'

ஒரு தொழிலதிபருக்கு 2008இல் மொத்தமும் ஒரு கோடி லாபம் என்கிற இலக்கினை அடைய விருப்பம். அடையும் திட்டமும் போட்டாயிற்று. 'கீ டிரைவர்'கள் கண்டுபிடித்தாயிற்று. இதனை எப்படி 'காலண்டரைஸ்' செய்வது? அதாவது அட்டணைப் படுத்துவது?

ஜனவரியில் எவ்வளவு லாபம்? பிப்ரவரி மாதம் எவ்வளவு? மீதமுள்ள மாதங்களில் எவ்வளவு லாபம் வந்தாக வேண்டும் என்கிற பகுதி பிரித்தலைச் செய்ய வேண்டும். வருடம் முழுக்க, ஒரேபோல நடக்கும் வியாபாரம் தொழில் என்றால், ஒரு கோடியை 12ஆல் வகுத்துக் கொள்ளலாம். மாதம் 8.33 லட்சம் என்று அட்டவணைப்படுத்திக் கொள்ளலாம்.

அல்லது வியாபாரம் பெருகப் பெருக, அல்லது 'சீசன்' காலத்தில் எவ்வளவு? பிற மாதங்களில் எவ்வளவு என்று வேறுபட்ட தொகைகளையும் முடிவு செய்துகொள்ளலாம். பின்பு மொத்த வருடத்திற்கான லாபத்தினைப் பற்றிக் கவலைப்படத் தேவையில்லை. அந்தந்த மாத இடை இலக்குகளைச் சரியாக அடைய முயற்சித்தாலே போதும்.

படிக்கிற மாணவியா? சரி. தேர்வுக்கு இன்னும் ஒரு மாதம் இருக்கிறது என்பது மொத்தத் திட்டம். அதையே மேலும் 30 நாட்களுக்குமான அட்டவணையாகப் பிரித்துக்கொள்வதுதான் 'காலண்டரைசிங்'. 1, 2, 3 தேதிகளில் கணிதம், 4, 5, 6 தேதிகளில் ஆங்கிலம். இப்படியாக மொத்தப் பாடங்களையும் படித்து (ரிவிஷன் செய்து) முடிப்பதற்கான 28 நாள் அட்டவணை (பிப்ரவரி மாதமாக இருக்கும் பட்சத்தில்) செய்து கொள்வது. அதைத் தவறாமல் பின்பற்றுவது.

இப்படி, எடுத்துக்கொண்ட இலக்கினை ('கீ டிரைவர்' ஒவ்வொன்றினையும்) எது எப்போதைக்குள் என்று விரிவாக அட்டவணைப்படுத்திக்கொண்டால், காரில் தூங்கிவிட்ட சண்முகத்துக்கு நேர்ந்ததுபோல அதிர்ச்சியும் தோல்வியும் ஏற்படாது. எந்த இலக்கினை அடையவும் இந்தமுறை உதவும்.

தேர்வுக்கு இன்னும் எவ்வளவு படிக்க வேண்டும்? கொடுக்கும் மருந்து வேலை செய்கிறதா? இல்லையா? கட்டும் வீட்டின் அஸ்திவாரம், லிண்டல் லெவல், மேல்தளம், குழாய்கள் பொருத்துவது, வெளிப் பூச்சு, மர வேலை, வர்ணம் பூசுவது போன்றவை எல்லாம் சரியான நேரங்களில் நடக்கின்றனவா? இப்படி நம் இலக்கு எதுவாக இருந்தாலும், அதை அடைய இன்னும் எவ்வளவு செய்ய வேண்டும்? இதுவரை செய்தது சரியான அளவுதானா? நம் வேகம் போதுமானதுதானா? என்று பார்ப்பதற்குத் தேவை, 'மைல் ஸ்டோன்'கள்.

மொத்தத்தையும் ஒரு சேரப் பார்த்துக்கொண்டிருந்தால், கால நீட்சி காரணமாக, நாம் சரியாகத்தான் போய்க்கொண்டிருக் கிறோமோ என்று தெரியாது. மொத்தமும் முடியவேண்டும் என்பது எவ்வளவு முக்கியமோ, அவ்வளவு முக்கியம் அவற்றின் பகுதிகள் ஒவ்வொன்றும் அதற்கான சரியான நேரங்களில் முடிவதும். அப்படி முடியாத சிலவற்றைப்பற்றி, தாமதமாகத் தெரிந்துகொண்டால் நேர் செய்ய முடியாது.

அதனால், அதை எப்போது அடைந்திருக்க வேண்டுமென்று ஒரு 'காலண்டர்' தயாரித்துக்கொள்வது அவசியம்.

16. மனது செய்யும் மேஜிக்

ஒரு நாள் மதிய நேரம். அலுவலகத்தில் அமர்ந்திருந்தேன். நேர்முகத் தேர்வுக்கு வருபவர்களைப் பார்க்கும் நேரம் அது. அன்றைய தினம் நேர்முகத் தேர்வுக்கு மொத்தம் மூன்று நபர்கள் வரவிருப்பதாக உதவியாளர் சொன்னார்.

'மெடிக்கல் டிரான்ஸ்கிரிப்ஷன்' (Medical Transcription) செய்யும் வேலை. அந்த வேலைக்குத் தேர்ந்தெடுக்கப்படுபவர்கள், இரண்டு விதங்களாகப் பணிக்கு அமர்த்தப்படுவார்கள். ஒன்று, மற்ற நிறுவனங்களில் உள்ள வேலைகளைச் செய்வதுபோலவே, வேலை நாட்கள் தோறும் நிறுவனத்தின் அலுவலகத்துக்கு வந்து செய்யும் வேலை.

மற்றொரு முறைக்கு, அலுவலகம் வர வேண்டாம். வீட்டில் கம்ப்யூட்டரும் இணைய இணைப்பும் இருந்தால் போதும். அவரவர் வீட்டில் இருந்தபடியே கூடச் செய்யலாம். அப்படிச் செய்யக்கூடிய வேலை.

வேலை வேண்டுபவர்களுக்கு முதலில் ஒரு எழுத்துத் தேர்வு. அதில் தேறியவர்களுக்கு அடுத்து ஒரு நேர்முகத் தேர்வு (Personal Interview). முதல் இரண்டு விண்ணப்பதாரர்களும் வந்தார்கள். பார்த்து முடித்தேன். மூன்றாவது நபர் வர வேண்டும். சிறிது நேரமானது. வரக் காணோம். காத்திருந்த நேரம், அந்த மூன்றாவது நபரின் விண்ணப்பத்தினைப் புரட்டினேன். அவர்

ஒரு பெண். வயது 20. அப்போது அறைக்கு வெளியே பேச்சு சத்தம் கேட்டது.

யாரோ என் அறைக் கதவை அகலத் திறந்தார்கள். முதலில் உதவியாளர் முகம்தான் தென்பட்டது. அடுத்தது ஒரு பெண். நீல நிற ஜீன்ஸ் பேண்ட் போட்ட பெண். அவரது கால்கள் தரையைத் தொடவில்லை. தரைக்குச் சற்று உயரே துவளுகின்றன. அந்தப் பெண்ணின் கக்கங்களில் கட்டைகள். அவற்றைத் தரையில் ஊன்றி ஊன்றி, தானே 'நடந்து' வந்தார்.

உள்ளே வந்ததும் மலர்ந்த முகத்துடன் வணக்கம் சொன்னார் அந்தப் பெண். கூடவே வந்த என் உதவியாளர், அவரிடமிருந்து கக்கத்துக் கட்டைகளை வாங்கி, சுவரில் சாற்றி வைத்தார். ஒரு நிமிடம் தள்ளாடிய அந்தப் பெண், அனுமதி கேட்டுவிட்டே, என் இருக்கைக்கு எதிரே இருந்த நாற்காலியில் அமர்ந்தார். உடன் நிமிர்ந்து என்னைப் பார்த்தார். அவர் முகம் முழுக்கப் புன்னகை.

'அடடா! நீங்கள் இவ்வளவு தூரம் ஏன் 'நடந்து' உள்ளே வர வேண்டும்? தெரிந்திருந்தால், கட்டட வாசலில் இருக்கும் வரவேற்பறைக்கு நானே வந்து, நேர்முகத் தேர்வினை அங்கேயே நடத்தியிருப்பேனே' என்றதற்கு, நன்றி தெரிவித்து விட்டு, 'இதில் தனக்கு சிரமம் ஏதும் இல்லை' என்றார். முகத்தில் வேர்வைத் துளிகள். இருந்தும் இடையே பளிச்செனத் தெரிந்த அதே மாறாத புன்னகை.

பன்னிரெண்டாம் வகுப்பு படிக்கும்போது, திடீரென கால்களில் ஏற்பட்ட கோளாறு, என்ன ஏது என்று தெரியவில்லை. இரண்டு கால்களையும் பயன்படுத்த முடியவில்லை. சிகிச்சைக்காக வேலூர் சி.எம்.சி. மருத்துவமனைக்கு வந்திருக்கிறார். சிகிச்சை முடியவில்லை. தொடருகிறது. மகளைக் கூட்டிக்கொண்டு வந்த பெற்றோர், அவர்களுடைய இன்னொரு மகனுடன் வேலூரிலேயே தங்கியிருக்கிறார்கள். சிகிச்சை முடிவதாகத் தெரியாததால், வந்த இடத்திலேயே, அவளுடைய அப்பா தற்காலிகமாக ஒரு தொழில் பார்த்துக்கொண்டுவிட்டார்.

மகள் ராதா (என்று வைத்துக் கொள்வோம்) தொலைதூரக் கல்வியில் பட்டப் படிப்பு சேர்ந்தது மட்டுமல்லாமல், வீட்டில் இருந்தே செய்யும் 'மெடிக்கல் டிரான்ஸ்கிரிப்ஷன்' கற்றுக் கொண்டு ஒரு உள்ளூர் நிறுவனத்தில் வேலை செய்ய

ஆரம்பித்தார். ஆனால், அங்கே செய்த வேலைக்கு உரிய பணம் சரியாகத் தரப்படுவதில்லை என்பதால், வேறு நிறுவனம் தேடி, சென்னைக்கு வந்து எங்கள் நிறுவனத்தின் எழுத்துத் தேர்வு எழுதித் தேறி, எங்கள் முன் அமர்ந்திருந்தார்.

நேர்முகம் முடிந்ததும், 'எழுத்துத் தேர்விலும் சிறப்பாகவே செய்திருக்கிறீர்கள். நாங்கள் வேலை தருகிறோம். நீங்கள் வேலூரில் உங்கள் குடியிருப்பில் இருந்தே செய்யலாம்' என்று சொன்னதும் அவர் முகத்தில் கூடிப்போன மகிழ்ச்சியைப் பார்க்க முடிந்தது. மதிய ரயிலில் மீண்டும் வேலூர் பயணம் என்றார். சந்தோஷமாக கிளம்பிப் போனார். போகும்போது வாசலில் அவரது தாயாரையும் தம்பியையும் பார்த்தோம். உதவிகளை மறுத்துவிட்டு, தானே தத்தித் தத்தி வேகமாகப் போனார்.

ராதா கிளம்பிப்போய் வெகு நேரமான பிறகும்கூட அவரை மறக்க முடியவில்லை.

'நான் ஒரு பெண். எனக்குச் சின்ன வயதுதான். எனக்கு ஏன் இப்படி?' என்று ஆதங்கப்பட, இறைவனின்மீது, இந்த உலகத்தின்மீது, ஏமாற்றும் சில மனிதர்கள்மீது கோபப்பட, ராதாவிற்கு வலுவான காரணங்கள் இல்லையா என்ன? 'எனக்கு என்று இப்படி நிகழ்ந்து விட்டதே' என்று கோபம், முடங்கிப் படுத்துக்கொள்ள ராதாவிற்கு முகாந்திரம் இல்லையா என்ன? 'என்னைப் பாருங்கள், என் கால்களைப் பாருங்கள். என் மீது பரிதாபப்படுங்கள். எனக்கு சலுகை காட்டுங்கள்' என்று கேட்பதற்கு ராதாவிற்கு வாய்ப்பில்லையா என்ன?

ராதா எப்படிப்பட்டவர்? வந்துவிட்டதை ஏற்றுக்கொண்டுவிட்ட மனம். இப்படி ஏற்பட்டும், வாழ்க்கைமீது தொடரும் நம்பிக்கை. கடுமையான பிரச்னைகள் வந்துவிட்ட போதிலும், தொடர்ந்து எவர் மீதும் சார்ந்திராமல், தானே தன் காலில் நிற்க வேண்டும் என்கிற முனைப்பு. அதற்காக, தானே எடுக்கும் முயற்சிகள்.

எல்லாம் சரி. ராதாவிற்கும் 'முன்னேற்றம் இந்தப் பக்கத்'திற்கும் என்ன தொடர்பு என்று தோன்றுகிறதா? இருக்கிறது.

வீட்டிற்குக் கம்ப்யூட்டர் வாங்குகிறோம். அதனாலேயே அதில் வேலை செய்து விட முடியுமா? கம்ப்யூட்டர் என்பது ஹார்ட்வேர். அதனுள் பல சாஃப்ட்வேர்களைப் போட வேண்டும். டி.வி.

வாங்கினால் போதாது. நிகழ்ச்சிகள் பார்ப்பதற்கு கேபிள் கனெக்ஷனோ, ஆண்டனாவோ வேண்டும். அதுதான் சாஃப்ட்வேர் போல. இட்லிப் பாத்திரமோ, குக்கரோ வாங்குவது அவசியம் தான். ஆனால், அதுவே இட்லியைத் தந்துவிடாது.

Necessary but not sufficient என்பார்கள். அவசியம் தேவை. ஆனால், அது (மட்டுமே) போதாது. கம்ப்யூட்டர், டி.வி. பாத்திரம் போன்றவை சிலவற்றுக்கு அவசியம். ஆனா, அவை மட்டுமே போதாது. அவற்றின் பலனை அடைய அவற்றோடு இன்னும் சிலவும் தேவை.

முன்னேற்றத்துக்கும் இப்படிச் சில அவசியங்கள் உண்டு.

1. தனக்கு என்ன தேவை என்கிற தெளிவடைவது.

2. தேவைகள் பட்டியல் உருவாக்கிக்கொள்வது.

3. தேவைகளை அடைய அவற்றுக்கான தகவல்களைத் திரட்டுவது.

4. அதனைச் சரியான இலக்குகளாக உருவாக்கிக்கொள்வது.

5. இலக்குகளுக்கு எந்தவகைச் செயல்கள் இட்டுச் செல்லும் என்கிற 'கீ டிரைவர்'கள் உருவாக்கிக்கொள்வது.

6. அவற்றை இன்னதுதான், இப்படித்தான் என்று வரையறுப்பது.

7. பின்னர், அவ்வப்போது அடைந்தாக வேண்டிய இடை இலக்குகளையும் (Mile Stones) நிர்ணயம் செய்வது.

8. இறுதியாக மொத்தத்தினையும் அட்டவணைப்படுத்திக் கொள்வது.

இவற்றைத்தான் இதுவரை பார்த்தோம். இப்படி எல்லாம் முறையாகச் செய்துகொண்ட பின், திட்டம் வகுத்துக் கொண்டபின் முன்னேற்றம் வந்துவிடுமா?

இவையெல்லாம் அவசியம். மிகமிக அவசியம். வெற்றியை நிச்சயப்படுத்த இவையெல்லாம் இல்லாமல் முடியாது. அதனால்தான் அவ்வளவு விவரமாக, விளக்கமாகப் பார்த்தோம். இவை ஒரு பகுதி. ஹார்டுவேர் (Hardware) போல ஒரு முக்கியமான பகுதி. ஆனால், இவை மட்டுமே போதாது. ஆம், அதேதான். இவையெல்லாம் Necesary but not Sufficient.

இன்னொரு முக்கியப் பகுதியும் உள்ளது. அதுதான் சாஃப்ட்வேர் (Software). அங்கேதான் முன் பார்த்த ராதா வருகிறார்.

ஆம். நல்ல திட்டத்தினை நடைமுறைப்படுத்த வேண்டும். சவால்களைச் சமாளித்து, தேவையான மாறுதல்கள் செய்து, எல்லாவற்றையும்விட முக்கியமாக, விடாமல் முயன்று, நமது முன்னேற்றத் திட்டத்தினை நாமே செயல்படுத்த வேண்டும். அதற்கான ஒரு உதாரணம்தான் ராதா.

17. கவனக் குவிப்பு

ராதா என்ற பெண்ணின் மனப் பாங்கினைப் பார்த்தோம். வெற்றிக்கு அது எவ்வளவு முக்கியம் என்பதையும் பார்த்தோம். அந்த சாஃப்ட்வேர், மனப்பாங்கில் இன்னும் சிலவற்றையும் பார்க்கலாம்.

அது ஒரு ஓட்டப் பந்தயம். 100 மீட்டர் ஓட்டப் பந்தயம். பல வண்ணங்களில் கால்சட்டைகள், பனியன்கள் அணிந்துகொண்டு ஓடுவதற்குத் தயாராக, சில வீரர்கள் நிற்கிறார்கள். நிற்கக்கூட இல்லை. கால்களையும் கைகளையும் உதறிக்கொண்டு, இங்கும் அங்குமாக லேசாக அலைந்துகொண்டு இருக்கிறார்கள். சற்று நேரம் போகிறது. பிறகு அவர்களுக்கு உரிய இடங்களில் நிலையாக நிற்கிறார்கள்.

இப்போது அவர்கள் ஓடத் தயார். 'ஓடலாம்' என்று அறிவிக்கிற விசில் ஊதப்படுவதற்காக மிக அமைதியாகக் காத்திருக்கிறார் கள். 'டிரிப்ப்ப்' என்ற அந்த ஒரு சத்தத்திற்காக மட்டுமே காத்திருக் கிறார்கள். இதோ அந்த விசில் சத்தம் கேட்டு விட்டது...

அதற்குள் அவர்கள் சீறிப் பாய்ந்தாயிற்று. புலிப் பாய்ச்சலில் பாய்ந்து, 'சர் சர்' என்று கைகளை முன்னும் பின்னும் வீசி, இலக்கு நோக்கிப் பறவையாகப் பறக்கிறார்கள். ஓடிப்போய், வெற்றிக் கோட்டினைத் தலையை நீட்டித் தாண்டிய பின்புதான் அவர்களின் வேகம் குறைகிறது. 'ஆவ் ஆவ்' என்று பலமாக மூச்சு இரைக்க இடுப்பில் கையை வைத்துக்கொண்டு, தரையில்

தொப்பென்று விழுகிறார்கள். புல் தரையில் சாய்ந்து உட்காிகிறார்கள்.

முடிந்தது போட்டி. அதன் பிறகுதான் சுற்றும் முற்றும் பார்க்கிறார்கள். அவர்கள் ஓடுவதற்காக வந்து நின்ற நிமிடம் முதல், ஓடி முடித்து முடிவு என்ன ஆனது என்று பார்க்கிற அந்த நிமிடம்வரை, அவர்களுக்கு அவர்களைச் சுற்றி என்ன நடந்தது என்று தெரியாது. அவர்கள் இருக்கும் இடம் பற்றிய பிரக்ஞை இல்லை. காலில் ஏதும் அடிபட்டு ரத்தமே வந்திருந்தாலும், அவர்கள் அதனைப் பொருட்படுத்தியிருக்க மாட்டார்கள். பார்க்கப் போனால், மற்றவர்கள்தான் அதனைப் பார்த்துப் பதறுவார்களே தவிர, அடிபட்டுக் கொண்ட வீரர் அதனைத் திரும்பிக் கூடப் பார்த்திருக்க மாட்டார்.

அவர்களுடைய முழுக் கவனமும், அந்த வெற்றிக்கு கோட்டினை எவ்வளவு வேகமாக முடியுமோ அவ்வளவு வேகமாகச் சென்று அடைவதில்தான் இருக்கும். அது தவிர அப்போதைக்கு வேறு ஒன்றுமில்லை. மற்றது ஒன்றுமேயில்லை. அந்த இலக்கின்மீது காட்டிய அசாத்தியமான கவனக் குவிப்பு. Undivided Attention. போகஸ் (Focus).

அடுத்து ஒரு கார் பந்தயம். நமது நரேன் கார்த்திகேயன்போல பல காரோட்டிகள், உயரம் குறைவான பந்தயக்கார்களுக்கு உள்ளே தலைக் கவசத்துடன் அமர்ந்திருக்கிறார்கள். அவர்களின் கவனம் மெல்லாம் பந்தயத்தின் மேலேயேதான். மேலே பார்த்த ஓட்டப் பந்தயம்போல இவர்கள் கடக்க வேண்டிய தூரம் 100 மீட்டர் அல்ல. கார் பந்தயம் அல்லவா? பந்தய தூரம் அதிகம். பல கிலோ மீட்டர்கள். அதேபோல பந்தயம் ஒரு நிமிடத்தில் முடிந்துவிடாது.

இருக்கட்டுமே. அதனால் என்ன? அரை மணி நேரமே ஆனாலும், மொத்த நேரமும் இம்மியும் கவனம் பிசகாமல் கார் ஓடும் சாலைமீது, நடு நடுவே வரும் விளைவுகள் மீதும் தொடர்ந்து கவனம் வைத்து, சீறிப் பாய்ந்து வளைந்து நெளிந்து எப்படியும் விடாது முன்னேறி, இறுதி இலக்கினை அடைந்துவிடுவார்கள் அதை ஓட்டும் வீரர்கள். அரை மணி நேரத்திற்கும் மேலானாலும் இடைவிடாமல் கவனமாகத்தான் இருந்தாக வேண்டும். வேறு வழி? இலக்கினை அடைந்தாக வேண்டுமே! பந்தயத்திற்கு வந்தாயிற்று. வெற்றியைத் தவற விட முடியுமா?

மூன்றாவதாக இன்னொரு பந்தயம். கிரிக்கெட் பந்தயம். ஒரு கிரிக்கெட் வீரர். அவர் மட்டை (Bat) எடுத்துக்கொண்டு களம்

இறங்கிவிட்டார். (டிராவிட் என்று வைத்துக்கொள்வோம்). அவருடைய கவனம் எப்படியிருக்கும்? அதுவும் நிச்சயமாக குவிக்கப்பட்ட கவனமாகத்தான் இருக்கும். அவரைச் சுற்றியும் பல விஷயங்கள் நடக்கும். ரசிகர்கள் கத்துவார்கள். ஆர்ப்பரிப்பார் கள். ஏன் ரகளைகூடச் செய்வார்கள். ஆடும் இடம் நேரத்தினைப் பொறுத்து இவை அமையும். தவிர, எதிர்த்து ஆடும் அணியினரில் எவரேனும் சில வார்த்தைகளைவிட்டு, மட்டை ஆடுபவரை உசுப்பிப் பார்க்கலாம். கேலி செய்யலாம். ஏன் ஏசக்கூட ஏசலாம்.

இவற்றை எல்லாம் கடந்து, மட்டை ஆடுபவரின் கவனம் தன் விக்கெட்டினை இழக்காமல், ரன் குவிப்பதிலே இருக்க வேண்டும். அதில் மட்டுமே இருக்க வேண்டும். இருந்தால் வெற்றி. கொஞ்சம் கவனம் தவறினாலும் போயிற்று. நடுவர் ஒரு விரலினை உயர்த்த நேரிடலாம். அவுட் ஆகி வெளியேற வேண்டியிருக்கும். சில சமயங்களில் அணியில் இருந்தேகூட. அதன் பின் விளைவாக.

ஆக, மட்டை ஆடுபவரின் கவனம் முழுவதும் ஆட்டத்திலேயே இருக்க வேண்டும். பந்து வீசுபவர், பந்துக்குப் பந்து (Delivery to Delivery) மாற்றுவார். உடன் பீல்டிங்கும் மாறலாம். நேரம் ஆக ஆக மைதானத்தில் ஒளி மங்கலாம். வீசப்படும் பந்தின் பளபளப்பு மற்றும் மென்மைத் தன்மை மாறலாம். எல்லா வற்றையும் தொடர்ந்து கவனிக்க வேண்டும். இப்படியே சில சமயங்களில் ஆறு ஏழு மணி நேரங்கள் கூட ஆட வேண்டியிருக்கும். இப்படிக் கவனம் பிசகாமல் ஆடித்தான் 100, 150 ரன்கள் அடிக்கிறார்கள். வெற்றி பெறுகிறார்கள்.

100 மீட்டர் பந்தயமா?

ஒரு நிமிடம்.

கார் பந்தயமா?

அரை மணி நேரம்.

கிரிக்கெட்டில் பேட்டிங்கா?

ஆறு ஏழு மணி நேரங்கள் கூட.

இலக்கை அடைய வேண்டும் என்று விரும்பும் எவரும் இப்படித்தான் ஒற்றை நோக்கோடு, சுற்றி நடப்பனவற்றைக் கவனியாமல், எதனாலும் கவனம் கலையப் பெறாமல், தொடர்ந்து செம்மையாகச் செயலாற்றி வெற்றி பெறுகிறார்கள். எவ்வளவு நேரம் தேவைப்படுகிறதோ, அவ்வளவு நேரத்திற்கும்

கவனக் குவிப்பு. இலக்கினை அடையும் வரை, அது எவ்வளவு காலமானாலும் சரி. அது எவ்வளவு கடினமாக இருந்தாலும் சரி. அங்கே எவ்வளவு தொந்தரவுகள் இருந்தாலும் சரி. எடுத்த வேலை முடியும்வரை அதிலேயே கவனம். நடுவில் எப்படிப் பட்ட தொந்தரவுகள் வந்தாலும் சரி. கேலிகளுக்கு அஞ்சாமல், அடைய வேண்டிய இலக்கு ஒன்றே குறி. அது மட்டுமே முக்கியம். மற்றதெல்லாம் நினைப்பிலேயே இல்லாமல்.

அப்படி ஒரு கவனக் குவிப்பு.

அப்படி ஒரு போகஸ்.

ஒரு கான்சென்ட்ரேஷன்.

இலக்குகளை அடைவதற்கு இந்தக் கவனக் குவிப்பு அணுகுமுறை அவசியம். எந்த இலக்கினை அடைய வேண்டுமானாலும் வழிமுறை இதேதான். செய்வதன்மீது கவனம். முழு கவனம். அதற்குத் தேவையான எல்லாவற்றையும் ஒன்றுவிடாமல் செய்வது. இலக்கினை அடையும்வரை, வேறு எதிலும் கவனத்தினைத் திருப்புவதில்லை.

பலரிடம் உயர்வான இலக்குகள் உண்டு. அவற்றை அடையக் கூடிய நல்ல திட்டங்களும் திறமைகளும் கூட இருக்கும். ஆனாலும், அவர்களால் வெற்றி பெற முடியாமல் போய்விடும். காரணம் கவனச் சிதறல். கலைந்து விடும் கவனம். அதுதான் அவர்களுக்கு நியாயமாகக் கிடைக்க வேண்டிய வெற்றியை அவர்களிடம் இருந்து தட்டிவிட்டு விடுகிறது.

வேலைக்குச் சேர்ந்துவிட்டு, அங்கே முன்னேற என்ன வழி என்று பார்க்காமல், வேறு வம்பு தும்புகளில் கேளிக்கைகளில் ஈடுபடுவது, தொழில் வியாபாரம் ஒன்று ஆரம்பித்துவிட்டு அதில் கவனமில்லாமல் மற்றவற்றைச் செய்துகொண்டிருப்பது, இலக்கு ஒன்றை நிர்ணயித்து விட்டு அதற்காக உழைக்காமல், பிற செயல் களைச் செய்து கொண்டிருப்பது. இப்படி எடுத்துக்கொண்டதில் முழு கவனம் செலுத்தாமல் பலர் வெற்றியை நழுவவிடுகிறார்கள்.

அவர் ஒரு திரைப்பட இயக்குநர். அவர் இயக்கிய பல தமிழ்ப் படங்கள் 100 நாட்கள், 175 நாட்கள் ஓடியிருக்கின்றன. பிரபல நடிகரை வைத்து நிறைய திரைப்படங்கள் எடுத்தவர். ஒருநாள் அவருக்கு ஒரு அழைப்பு வந்தது. அந்த அழைப்பு மிகப் பெரிய வாய்ப்பு.

அந்தப் பிரபல நடிகரை வைத்து நீங்கள் ஒரு பக்திப் படம் எடுக்க வேண்டும் என்பதுதான் அந்த அழைப்பு. இயக்குனருக்கோ

பெரிய திகைப்பு. தானோ சாமி கும்பிடுவதில்லை. கடவுள் மறுப்புக் கொள்கை உடையவன். தன்னைப்போய் ஒரு பக்திப் படம் - அதுவும் இவ்வளவு பெரிய நட்சத்திரத்தினை வைத்து எடுக்கச் சொல்கிறார்களே என்று ஆச்சரியம் அடைந்தார்.

தயாரிப்பாளரிடம் எடுத்துச் சொல்லிப் பார்த்தார். தயாரிப்பாளரோ ஒரு மூத்த பெரிய இயக்குனர். அதெல்லாம் இல்லை. நீங்கள்தான் செய்ய வேண்டும் என்று அவர் தீர்மானமாகச் சொல்லிவிட்டார். வேறு வழியில்லை. செய்து தாருங்கள் என்று முடித்துக்கொண்டு விட்டார்.

இயக்குனருக்கு வேறு வழியே இல்லை. செய்துதான் ஆக வேண்டும். ஒப்புக்கொண்டார். இங்கேதான் நமது வெற்றியாளர் களின் கவனக் குவிப்பு வருகிறது. தனக்குத் தெரியாத விஷயத்தினைப் பற்றி படம் எடுப்பதற்காக உழைக்கத் தயாரானார். வீட்டில் குடும்பத்தாரிடம் சொல்லிவிட்டார். 'இன்னும் ஆறு மாதத்திற்கு என்னை எதற்கும் எதிர்பார்க்காதீர்கள். நான் அதில் முழுமையாக ஈடுபட்டு விடுவேன்' என்று. சொன்னது போலவே செய்ய ஆரம்பித்தார். படமும் நன்கு வளர்ந்தது. இயக்குனர் வீட்டில் நேரம் செலவழிப்பதே இல்லை என்கிற நிலை.

படத்தின் வேலைகள் கொஞ்சம்தான் பாக்கி. ரிலீஸ் செய்ய தேதி அறிவித்தாகிவிட்டது. அதற்கு இன்னும் 15 நாட்கள் இருக்கும் நிலையில் இயக்குனரின் மனைவி இறந்து போனார்கள். இயக்குனரிடம் எந்தத் தயக்கமும் இல்லை. தொடர்ந்து படத்தினை முடிக்கும் வேலையில் ஈடுபட்டார், கவனச் சிதறல் இன்றி. படம் முடிந்து அறிவிக்கப்பட்ட தேதிக்கு வெளியானது. பெரிய வெற்றியும் பெற்றது. அந்த இயக்குனர் S.P. முத்துராமன். அந்த நட்சத்திரம் ரஜினிகாந்த்.

இலக்குகள் நிர்ணயித்துக்கொள்ளலாம். 'கீ டிரைவர்'கள் கண்டறியலாம். செய்ய வேண்டுவன பட்டியலிடலாம். எல்லாம் அவசியம். கூடவே எடுத்துக்கொண்ட வேலையில் முழு கவனம். 100 மீட்டர் ஓட்டப் பந்தய வீரர், கார்ப் பந்தய வீரர், கிரிக்கெட் வீரர் போன்றவர்கள் இலக்கினை அடையக் காட்டும் அக்கறை மற்றும் முழு கவனம்போல. இடையில் எத்தனை இடைஞ்சல்கள் வந்தாலும், தொடர்ந்து கலைந்து போகவிடாமல், விலகிப்போய் விடாமல் இலக்கின் மீதே, அதை அடைவதின் மீதே காட்டப்படும் கவனம் மிக மிக அவசியம்.

வெற்றியை நிச்சயப்படுத்த 'போகஸ்' முக்கியம்.

18. இன்னும், இன்னும்
என்கிற தேடுதல்

கோவா நகரம். சர்வதேச திரைப்பட விழா. அந்த விழாவில் பல்வேறு நாடுகளில் எடுக்கப்பட்ட திரைப்படங்களைத் திரையிட்டுக் காட்டுவார்கள் என்பது நமக்குத் தெரியும். அப்படிப் பட்ட திரைப்படங்கள் தவிர, விழாவில், விழா நடைபெறும் தேசத்தின் தேர்வு செய்யப்பட்ட மேலும் சில திரைப்படங் களையும் காட்டுவார்கள். அந்த நாட்டின் கலை, கலாச்சாரம் முதலியனவற்றை விழாவிற்கு வந்தவர்கள் தெரிந்துகொள்ள வேண்டும் என்பதற்காக.

இந்தி, தமிழ், தெலுங்கு, மலையாளம், வங்காளம் என்று பல மொழிகளிலும் எடுக்கப்பட்ட திரைப்படங்களில் இருந்து மொத்தம் 22 படங்களுக்கு மட்டுமே அந்த வாய்ப்பு கிடைக்கும். நூற்றுக்கணக்கில் வெளிவந்த படங்களில் எவற்றைக் காட்டுவது? எவற்றை விடுவது? தேர்வு செய்வதற்காக, சிறந்த இயக்குனர்களையும் தேர்வு செய்து அழைப்பார்கள். 2006இல் வெளிவந்த படங்களைத் தேர்வு செய்யும் குழுவில் நமது தமிழ் திரைப்பட இயக்குனர் வசந்த் அவர்களும் இடம் பெற்று இருந்தார்.

'தமிழில் மிக நல்ல படங்கள் வருகின்றன' என்கிற நினைப் போடும் பெருமித உணர்வுடனும் போனவர். அவரே பல நல்ல

படங்களை இயக்கியவர். அங்கே பல மொழிப் படங்களையும் பார்த்துவிட்டு வந்தவர் சொல்லிக்கொண்டே இருந்தது என்ன தெரியுமா? 'நாம் செய்வதற்கு இன்னும் எவ்வளவோ இருக்கிறது.'

இதில் எடுத்துக்கொள்ள வேண்டிய செய்தி இதுதான். நாம் சிறந்தவர்களாக இருக்கலாம். ஆனாலும் செய்யவேண்டியது இன்னும் எவ்வளவோ இருக்கிறது.

சென்னைப் புத்தகக் காட்சி பற்றி நமக்குத் தெரியும். இது வேறு காட்சி. புத்தகக் காட்சி அல்ல. HEIM Textiles என்ற பெயரில் நடக்கும் சர்வதேச அளவிலான ஜவுளிக் காட்சி. நடக்கும் இடம் ஜெர்மனி நாட்டின் பிராங்பர்ட் நகரம். பல தேசங்களில் இருந்தும் வந்திருந்த ஆயிரக்கணக்கான நிறுவனங்கள் கடை விரித்திருக்கும். அவ்வளவு கடைகளுக்கும் கொள்வார் இல்லாமல் இல்லை. நிறையவே இருந்தார்கள். அவர்களில் கரூர் நல்லுசாமியும் ஒருவர். போயிருந்த எவ்வளவோ நபர்களில் அவருக்கு என்ன அடையாளம்?

யார் இவர்?

ஆரஞ்ச் இம்பெக்ஸ் என்ற நிறுவனத்தின் உரிமையாளர். கடந்த இருபது ஆண்டுகளாக கடுமையாக உழைத்து ஜவுளி ஏற்றுமதியில் முன்னேறியிருப்பவர். பிரான்ஸ், ஜெர்மனி போன்ற 15க்கும் அதிகமான நாடுகளுக்குத் திரைச் சீலைகள், மேசை விரிப்புகள், நாப்கின்கள் போன்றவற்றை ஏற்றுமதி செய்பவர். சிறப்பான, தரமான பொருள்களுக்காகப் பாராட்டப்படுபவர்.

ஏற்கெனவே நன்றாகச் செய்வதற்காகப் பாராட்டப்படும் இவர் பிராங்பர்ட் காட்சிக்குப் போனது எதற்காக? உலக அரங்கில் என்ன நடக்கிறது என்று பார்ப்பதற்காக. எப்படிப்பட்ட ஜவுளிகள் வருகின்றன? உலக நாடுகளிலிருக்கும் ஏனைய சிறந்த நிறுவனங்கள் எல்லாம் எப்படிச் செய்கிறார்கள்? என்று தெரிந்துகொள்வதற்காக.

திரும்பி வந்து அவர் சொல்லிக்கொண்டேயிருந்தது என்ன தெரியுமா? 'நாம் இன்னும் செய்யவேண்டியது எவ்வளவோ இருக்கிறது' - இப்படிச் சொல்லுபவர் யார்? மிக நன்றாகச் செய்கிறீர்கள் என்று பாராட்டப்படுபவர்.

ஆரஞ்ச் இம்பெக்ஸ் மட்டுமல்ல. நம் தமிழ்நாட்டில் இருந்தே இன்னும் பல நிறுவனங்களில் இருந்தும் மேன்மை செய்ய விரும்பும் இன்னும் பலரும் போகிறார்கள். இயக்குனர் வஸந்த் மட்டுமல்ல. மேலும் மேலும் ஏதாவது சிறப்பாகச் செய்ய வேண்டும் என்று துடிக்கும் இன்னும் பல கலைஞர்களும் அதே நினைப்போடுதான் இருக்கிறார்கள். 'செய்ய வேண்டியது இன்னும் எவ்வளவோ இருக்கிறது.'

'நான்தான்.'

'என்னை விட்டால் யார் இருக்கிறார்கள்?'

'என் அருமை உங்களுக்குத் தெரியுமா?'

'நான் செய்ததைப் பார்த்தீர்களா?'

என்றெல்லாம் எண்ணிவிட்டால் வளர்ச்சி போயிற்று. வெற்றி பெறுபவர்கள். முன்னேறுபவர்கள் தாங்கள் செய்ய வேண்டியதைச் செய்துவிட்டதாக ஒருபோதும் நினைப்பதில்லை. அடங்காத தாகம். 'இன்னும், இன்னும் சரியாகச் செய்திருக்கலாமே' என்று மதிப்பிட்டுக் கொள்கிற மனப்பாங்கு. எப்போதும் வேறு என்ன, எங்கே நடக்கிறது என்கிற தேடுதல். 'மேலும் மேலும் மேன்மை' என்கிற வேட்கை.

ஒலிம்பிக்ஸ் வளையங்களுக்குக் கீழே எழுதியிருக்கும் வார்த்தை களை நினைவிருக்கிறதா?

Faster, Higher, Stronger

கூடுதல் வேகம், கூடுதல் உயரம், கூடுதல் பலம்

விளையாட்டுப் போட்டிகளின் தாரக மந்திரம் இதுதான். போட்டியில் இருக்கும் அடுத்தவரைக் காட்டிலும் கூடுதலாகச் செய்யாத எவருக்கேனும் பரிசுகள் கிடைக்குமா? ஒலிம்பிக்ஸோ அல்லது உள்ளூர்ப் போட்டியோ. போட்டி வெளிப்படையானது. என்ன செய்தால், எவ்வளவு செய்தால் வெற்றி என்பதும் தெரிந்துகொள்ளக் கூடியதுதான்.

வாழ்க்கையில், படிப்பில், தொழிலில், வியாபாரத்தில் வெற்றி பெற தற்போது செய்வதைக் காட்டிலும் கூடுதலாகச் செய்வது எப்படி? சிறப்பாகச் செய்வது, குறைந்த செலவில் செய்வது, துரிதமாகச் செய்வது, நேர்த்தியாகச் செய்வது.

பார்க்க வேண்டும். எவர் என்ன செய்கிறார்? தான் தான் எல்லாம் என்கிற மனப்பான்மை இல்லாமல், வெளியே நடப்பது என்ன என்று தெரிந்து கொள்ளுதல். இதனை நிறுவனங்களில் 'பெஞ்ச் மார்க்கிங்' (Bench Marking) என்கிறார்கள்.

'அடுத்தவருக்குச் சாத்தியமாவது எனக்குச் சாத்தியமாகாதா என்ன?'

'பிறரால் செய்ய முடிவதை என்னால் செய்ய முடியாதா, என்ன?'

'அட! இப்படிக்கூடச் செய்யலாமே!'

'ஓகோ! இதுகூட ஒரு வழிதானே!'

'இம்ம்... அவருக்கு இவ்வளவு முடிந்திருக்கிறதோ!'

தேடிப்போய்ப் பார்த்தல், அதன் மூலம் பார்வையை விசாலப் படுத்திக் கொள்ளல்; இது சாத்தியம்தான் என்கிற உணர்வு பெறுதல்; உத்வேகம் அடைதல்; இலக்கினை உயர்த்திக் கொள்ளுதல். இவையெல்லாம் முன்னேற்றத்துக்கான வழிகள்.

'அட! அடுத்தவர் செய்வதைப் பார்ப்பதா?', 'அவரைப் போலவே செய்வதா?' என்கிற கேள்விகள் வருகின்றனவா? தேவையில்லை. தேர்வுகளில்தான் காப்பி அடிக்கக்கூடாது. நல்லனவற்றை அடுத்தவரைப்போலவே செய்தால்கூடத் தவறில்லை.

ஒரு பொறியியல் கல்லூரி. தேர்வுகள் நடைபெறும் நேரம். பல்கலைக் கழகமே நடத்தும் தேர்வுகள் போக, கல்லூரியே நடத்தும் உள்தேர்வுகள் (Internal Exams). ஒரு தேர்வின் மதிப்பெண்களை அறிவிப்புப் பலகையில் வெளியிட்டார்கள். அந்த மாணவனுக்கு அதிர்ச்சி. அவன் வாங்கியிருந்தது வெறும் 14 மதிப்பெண்கள்தான். அதாவது 20க்கு 14. அவன் நன்கு படிக்கும் அக்கறையுள்ள மாணவன். சோகமாய் வீடு வந்தவனை தந்தை கேட்டார்.

'என்ன ஆச்சு?'

'இது வருடம் முழுக்க நடந்த பல மாதாந்திரத் தேர்வுகளின் சராசரிதான்.'

'அப்படியா! அப்படியென்றால்...?'

'மாதா மாதம் அவர்கள் போட்ட மதிப்பெண்களே குறைவுதான். ஆனாலும், வருடக் கடைசியில் குறைத்துப் போட்டுவிட மாட்டார்கள் என்கிற நம்பிக்கையில் இருந்துவிட்டோம்' - வருத்தம் தோய்ந்த குரல்.

'அவ்வப்போதே போய் கேட்டிருக்கலாமே! கவனப்படுத்திக் கொண்டிருக்கலாமே.'

'கூட இருந்த பையன்களுக்கு எல்லாம் 4, 6 இப்படித்தான் மதிப்பெண்கள் கிடைத்தது. அதனால், எனக்குக் கிடைத்த 12, 14இல் பெரியது என்று விட்டு விட்டேன்.'

இதுதான் பிரச்னை. எவரோடு இருக்கிறோம் என்பது முக்கியம். எவரோடு ஒப்பிட்டுக்கொள்கிறோம் என்பதும் முக்கியம். அவை தீர்மானிக்கின்றன நமது உயரங்களை, நமது திருப்தியை, நமது முயற்சியை. இறுதியாக நமது முன்னேற்றத்தினையும் அவைதான் தீர்மானிக்கின்றன. சேரிடம் அறிந்து சேர். செம்மையானவர்கள் மத்தியில் இரு. இன்னும் என்ன என்கிற வேட்கை கொள்.

பலரும் சாதாரண செயல்பாடுகளுடனும், சராசரி முயற்சி களுடனும் இருப்பதற்குக் காரணம், அவர்கள் முன் எடுத்துக் கொள்ளும் முன் உதாரணங்களே. எதைச் செய்தாலும் அதில் நாம்தான் 'பெஸ்ட்' என்கிற நிலையை அடைவதே உன்னதம் (Excellence) ஆல்பர்ட் ஐன்ஸ்டீன் சொன்னது இது. Mame everything as simple as possible, but not simpler. நாம் செய்ததைக் காட்டிலும் மற்ற எவராலும் அதனைக் கூடுதல் சிறப்பாகச் செய்ய முடியாத அளவு செய்தல். அந்தத் தீவிரம் வேண்டும்.

சிறப்பானவர்கள் மத்தியில் இருப்பது, நம் துறையில் சிறப்பான வற்றைத் தேடிப்போய் பார்ப்பது, தெரிந்துகொள்வது, சிறப்பாகச் செய்பவர்களையே உதாரணமாகக்கொள்வது, அவர்களைவிடச் சிறப்பாகச் செய்ய முயற்சித்து அதில் வெற்றி பெற்றே தீருவது.

சாத்தியம்தான்.

சாத்தியம் என்று நம்புபவர்களுக்கு.

இன்னும் செய்ய வேண்டியது எவ்வளவோ இருக்கிறது.

சரிதானே?

19. வெற்றிக்கு மிக அருகில்தான் இருக்கிறோம்

கோவையில், 'நமது நம்பிக்கை' இதழ் தொடங்கியிருக்கும் சிகரம் அமைப்பு தொடக்க விழாவின்போது CRI பம்ப்பின் நிறுவனர் திரு செளந்தரராஜன் குறிப்பிட்டார், 'பலரும் தாங்கள் வெற்றியின் மிக அருகில் இருக்கிறோம் என்று தெரியாமலேயே, ஒரு கட்டத்தில் சோர்ந்துபோய், தங்கள் முயற்சியை நிறுத்தி விடுகிறார்கள்' என்று.

இருட்டு அறை. ஒருவர் தனியாக மாட்டிக்கொண்டுவிட்டார். விளக்கினைப் போட வேண்டும். தட்டுத் தடுமாறி சுவரெல்லாம் தேடுகிறார். ஸ்விட்ச்சினைத் தேடுகிறார். தேடத்தேட அகப்பட வில்லை. வியர்க்கிறது. பயமாக இருக்கிறது. தொடர்ந்து தேடுகிறார். ஹெஊஹெஊம். எதன்மீதோ இடித்துக்கொள்கிறார். கீழே விழுகிறார். ஆனால், ஸ்விட்ச் என்னவோ அவர் கைக்குத் தட்டுப்படவேயில்லை.

சே! இனி முடியாது என வெறுத்துப்போய் வியர்வை வழிய சாய்ந்து உட்கார்ந்து விடுகிறார். ஆனால், பாவம், அவர் கடைசியாக முயற்சித்த இடத்துக்கு அருகிலேயேதான் ஸ்விட்ச் இருந்திருக்கிறது. இருட்டு என்பதால் அவருக்கு அது தெரியவில்லை.

வாழ்க்கையில் பலரும் தேடும் வெற்றி என்பதும் இப்படித்தான். உடன் கிடைத்துவிடுவதில்லை. தேடத் தேட அகப்படாது. கண்ணாமூச்சி ஆடும். இனி எங்கே என்று சோர்ந்துவிடும் நேரம் அவர்களின் கைகளுக்கு மிக அருகிலேயேகூட இருக்கும். இதைத்தான் செளந்தரராஜன் சொல்லியிருக்கிறார்.

'விடாமல் முயற்சி செய்' என்கிறார்கள். சொல்லலாம். தொடர்ந்து தோல்வியே கிடைக்கிறது. வெற்றி எப்போது கிடைக்கும் என்று தெரியவேயில்லை. நிலைமை இப்படியிருந்தால் என்ன நம்பிக்கையில் தொடர்ந்து முயற்சிப்பதாம்?

இப்படிச் சிலருக்குத் தோன்றலாம். விடாமல் முயற்சித்தவர்கள் பலர் இருக்கிறார்கள். அதன் பலனாக மாபெரும் வெற்றிகள் பெற்றவர்கள். இரண்டு உதாரணங்கள் மட்டும் பார்க்கலாம்.

மார்டினா அடைந்த தோல்விகள்

மார்ட்டினா நவராட்டிலோவா, உலகின் மிகச் சிறந்த டென்னிஸ் வீராங்கனை. டென்னிஸ் விளையாட்டின் சாதனைகளுக்கு அளவுகோல். விம்பிள்டன் போட்டிகளில் ஒரு முறையேனும் விம்பிள்டனில் விளையாடி, தேர்வு ஆகவேண்டும், அதன் சாம்பியனாக ஒரு முறையேனும் வர வேண்டும் என்று பல ஆண்டுகளாக முயற்சித்து வருபவர் எண்ணிக்கை உலகில் ஏராளம். அந்த விம்பிள்டன் பட்டத்தினை, ஒன்பது முறை வென்றவர்தான் இந்த மார்டினா. அதுவும் எப்படி? தொடர்ச்சி யாக ஒன்பது முறை.

ஆனால், அவர் அந்த நிலையினைத் தொடுவதற்கு முன், அவருடைய டென்னிஸ் விளையாட்டின் பரம எதிரியான கிரிஸ் இவெர்ட் என்பவரிடம் அவர் மொத்தம் ஆடிய 24 பந்தயங்களில், 21 பந்தயங்களில் தோற்றிருக்கிறார்.

ஒரே நபரிடம் இருபத்து நான்கு முறை தளராமல் விளையாடுவது, அதில் 21 முறை தோற்றுப் போவது. ஆனாலும், மீண்டும் எழுந்து, சளைக்காமல் ஆடி, ஒருவரையும் விடாமல் தன்னை எதிர்த்து விளையாடிய அத்தனை நபர்களையும் தொடர்ந்து ஜெயிப்பது, ஒன்பது முறை.

டென்னிஸ் என்பது மார்டினாவைப் பொறுத்தவரை விளையாட்டாகக் கூட விளையாட்டு என்று சொல்ல முடியுமா?

டென்னிஸ் அவருடைய Passion. தேடத் தேட தள்ளிப்போன வெற்றியை விடாமல் துரத்தி எட்டிப் பிடித்து, கைக்குள் வைத்து இறுக மூடிக்கொண்டுவிட்டார்.

தோல்வி மீது தோல்வி அதன் பின் வெற்றி!

தியோடர் S. கீஸ்சல் என்பவர் சிறார்களுக்கான ஒரு புத்தகம் எழுதினார். அந்தப் புத்தகம் மொத்தம் எத்தனை பிரதிகள் விற்றது தெரியுமா? சாதாரணமாக நம் தமிழ் மொழியில் வரும் கதை, கட்டுரை, கவிதை புத்தகங்கள் ஓர் ஆயிரம் பிரதிகள் போடுகிறார்கள். அவ்வளவுதான். இவருடைய இந்தப் புத்தகம் மொத்தம் 60,00,000 பிரதிகள் விற்றுத் தீர்ந்தது. அறுபது லட்சம். செய்தி அதுவல்ல. அந்தப் புத்தகத்தினை ஒரு பதிப்பாளர் போட்டு, அவ்வளவு விற்றார் அல்லவா? அவர், அந்த எழுத்தாளர் தியோடர் சந்தித்து பிரசுரிக்கக் கேட்டுக்கொண்ட எத்தனையாவது பதிப்பாளர் தெரியுமா?

அதுதான் செய்தி. இருபத்து நான்காவது பதிப்பாளர். ஆமாம். அப்படியென்றால், அதற்குமுன் அதே புத்தகத்தினை 23 பதிப்பாளர்கள், பதிப்பிக்க இயலாது (இது விற்காது) என நிராகரித்து இருக்கிறார்கள். தியோடர் S. கீஸ்சல் விடாமல் 24ஆவது நபரையும் சந்தித்து, இறுதியாகத் (தான்) வெற்றி பெற்றிருக்கிறார்.

இதே நிலைதான் ஹார் J.K. ரவ்லிங் என்ற எழுத்தாளருக்கும் நேர்ந்தது. அவருடைய முதல் புத்தகத்தினை, விற்காது என்று மொத்தம் 12 பதிப்பகங்கள் நிராகரித்தன. அவர் எழுதிய அந்தப் புத்தகம், ஹாரி பாட்டர். 67 மொழிகளில் மொழிபெயர்ப்பு செய்யப்பட்டு, 60 கோடிக்கும் அதிகமான எண்ணிக்கையில் விற்பனையாகியுள்ள சூப்பர் ஹிட் புத்தகங்கள் அவர் எழுதியவை.

தன்னிடம் ஒரு திறன், ஒரு யோசனை, ஒரு பொக்கிஷம் இருந்தால், அதனை முழுமையாக நம்பினால், விடாமல் முயற்சிப்பது. வெற்றி எப்படிக் கிடைக்காமல் போகும்? 'நானும் வெற்றி பெற வேண்டும்' என்றல்ல, 'நானும் முன்னேற வேண்டும்' என்றல்ல, 'முன்னேறியே ஆவேன்' என்கிற, 'வேறு எதையும் ஒப்புக்கொள்ள மாட்டேன்' என்று மறுக்கிற, நம்பாத மனது வேண்டும்.

வெற்றிக்கு வேறு வழியே இல்லை. நம்மிடம் வந்துதான் ஆக வேண்டும். கதவைத் தட்டுவது அல்ல. இடிக்கவேண்டும். 'இந்தா என்னைப் பிடி' என்று வெற்றி நம்மிடம் கதறும்.

இயக்குனர் சிகரம் பாலச்சந்தர், அப்போது AGS அலுவலகத்தில் வேலை செய்துகொண்டிருந்தார். நாடகம் போட ஆரம்பிக்க வில்லை. சினிமா வாய்ப்புகள் பற்றி எதுவுமே தெரியாத அவருடைய ஆரம்ப காலம். வயது 19 கூட இருக்காது. வேலை முடிந்ததும், தினசரி மாலையில் சைக்கிளில் கிளம்பிப்போய், ஜெமினி ஸ்டூடியோ எதிரில் நின்றுகொண்டுவிடுவார். ஜெமினி ஸ்டூடியோவுக்குள் போவோர் வருவோரையெல்லாம் பார்த்துக் கொண்டிருப்பார். எதற்காக? தெரியாது. ஆனால், மனது அதில் லயித்துவிட்டது. என் உயிர் என்னிடம் இல்லை என்பார்களே அப்படி. அவர் மனது அங்கே அதனுள் அமிழ்ந்து கிடந்தது. பின் கிளைத்து எழுந்தது. பல வருடங்களுக்குப் பூத்துக் குலுங்கிக் கொண்டிருந்தது.

அது மார்டினாவோ, தியோடர் கிஸ்சலோ, இயக்குனர் சிகரமோ, நீங்களோ அல்லது நானோ வெற்றிகளுக்கு வேறு வழியே இல்லை. நம் முகவரி தேடி அவை வந்தே ஆக வேண்டும். 'இந்தா பிடி. இது உனக்குத்தான் சொந்தம்' என்று கையில் வைத்துத் திணிப்பார்கள். சரியான முயற்சிக்கு மரியாதை கிடைக்காமல் போகவே போகாது. முயற்சி தொடரட்டும்.

சீரிய திட்டம். திட்டத்தினைக் கடைப்பிடிக்கும் ஒழுங்கு. உடன் தயங்காத மனது.

அவ்வளவேதான்.

முன்னேற்றம் நம் பக்கம்.

வாழ்த்துகள்.

★ ★ ★

9 789386 737212